INSIGHT PUBLICA

INSIGHT PUBLICA

Nadakkavu, Kozhikode, Kerala
www.insightpublica.com
e-mail: insightpublica@gmail.com
Pozhiyan Thanal Thedunna Mazhaverukal
(Malayalam Poems)
Suja Savidham
First Edition: December 2021

ISBN 978-93-5517-190-0
Cover Design: KJVJ
Printed and Published by
Insightinpublica Printers & Publishers Pvt. Ltd.

പൊഴിയാൻ തണൽ തേടുന്ന മഴവേരുകൾ

സുജ സവിധം

INSIGHT PUBLICA

ശങ്കരാടീൽ സതിയുടേയും വി. സുരേഷ് കുമാറിന്റേയും മകളായി തൃശ്ശൂർ ജില്ലയിലെ അവിട്ടത്തൂരിൽ ജനനം. ആനന്ദപുരം ശ്രീകൃഷ്ണ ഹയർസെക്കന്ററി സ്കൂൾ, അവിട്ടത്തൂർ ലാൽ ബഹദൂർശാസ്ത്രി മെമ്മോറിയൽ ഹയർസെക്കന്ററി സ്കൂൾ എന്നിവിടങ്ങളിൽനിന്നായി സ്കൂൾ വിദ്യാഭ്യാസവും ഇരിങ്ങാലക്കുട സെന്റ് ജോസഫ്സ് കോളേജ് (ബി.എസ്.സി. കെമിസ്ട്രി), ശ്രീ ശങ്കരാചാര്യ സംസ്കൃത സർവ്വകലാശാല തൃശ്ശൂർ പ്രാദേശിക കേന്ദ്രം (എം.എ. മലയാളം) എന്നിവിടങ്ങളിൽനിന്നായി ബിരുദ- ബിരുദാനന്തര ബിരുദവും കരസ്ഥമാക്കി. മദ്രാസ് സർവ്വകലാശാല, മലയാള വിഭാഗത്തിൽ നിന്ന് ഭാഷാശാസ്ത്രത്തിൽ എം.ഫിൽ നേടിയത്തിനുശേഷം ഇപ്പോൾ അവിടെ ഗവേഷകയാണ്. ആകാശവാണിയിൽ മലയാളവിഭാഗം കാഷ്വൽ അനൗൺസർ ആയും wtplive.in ഓൺലൈൻ മാഗസീനിൽ 'കവിവായന' പംക്തി അവതാരകയായും പ്രവർത്തിച്ചിട്ടുണ്ട്. ഗവേഷണലേഖനങ്ങളും മാതൃഭൂമി ആഴ്ചപതിപ്പ് 'വാക്ക് വിത്തി'ൽ കവിതയും പ്രസിദ്ധീകരിച്ചിട്ടുണ്ട്.

സുജ സവിധം

ആമുഖം

"വെള്ളത്തിലെ തിരകൾ തള്ളി വരും കണക്കെന്നുള്ളത്തിൽ വിളയാടുക" എന്ന മുത്തശ്ശന്റെ ഉറക്കെയുള്ള പ്രാർഥനയിലൂടെ ഉറക്കമുണർന്നിരുന്ന ബാല്യത്തിന്റെ ഓർമ്മകൾ മുതൽ കവിത എന്നും കൂട്ടായുണ്ടായിരുന്നു. സന്ദീപേട്ടന്റെയും കൂട്ടുകാരുടേയുമൊപ്പം തൊടിയും പാടവുമെല്ലാം കടന്ന് രാഘവൻ മാഷുടെ വീട്ടിൽ അവസാനിക്കാറുള്ള അവധിദിവസങ്ങളിലെ യാത്രകളിലാണ് കവിതയുമായി ആഴത്തിൽ പരിചയമാവുന്നത്. ദിവസത്തിന്റെ വാചാലതകൾക്കൊടുവിൽ രാത്രിയിൽ ബാക്കിയാവുന്ന നിശ്ശബ്ദതകളെ പൂരിപ്പിച്ചുകൊണ്ട് സ്കൂൾകാലങ്ങളിലെന്നോ എഴുതിത്തുടങ്ങിയ ഡയറിക്കുറിപ്പുകൾ പിന്നീട് കവിതകളായി മാറുകയായിരുന്നു. അവയെ കവിത എന്നുവിളിക്കാനും വേറൊരാൾക്ക് വായിക്കാൻ നൽകാനുമുള്ള ധൈര്യം വന്നിട്ട് അധികം നാളുകളായിട്ടുമില്ല.

പറയാതൊതുക്കിയ ചിന്തകളാണ് എഴുതാതെ വയ്യാ എന്നുപറഞ്ഞ് വാശിയോടെ കവിതകളായ് രൂപാന്തരപ്പെട്ടത്. മേഘാവൃതമായ ആകാശം മണ്ണിലേക്ക് മഴയായ് പൊഴിയുമ്പോളുള്ള കുളിർമ്മയും സന്തോഷവും രചനയാൽ ലഭിച്ചിരുന്നു. ആത്യന്തികമായി ആ ഒരു ആശ്വാസത്തിനുവേണ്ടി മാത്രം രചിക്കപ്പെട്ട, മനസ്സിന് തണൽ തേടിയുള്ള പ്രവർത്തനങ്ങളുടെ മാത്രം ബാക്കിയാണ് "പൊഴിയാൻ തണൽ തേടുന്ന മഴവേരുകൾ". 2018 മുതൽ മൂന്നു വർഷക്കാലംകൊണ്ട് എഴുതിയവയിൽനിന്നും തിരഞ്ഞെടുത്ത ചില കവിതകൾ മാത്രമാണ്

ഇതിൽ ഉൾപ്പെടുത്തിയിരിക്കുന്നത്. തഴയാനും സ്വീകരിക്കാനും പ്രത്യേകിച്ച് കാരണങ്ങളുമില്ല. ഇന്നത്തെ എന്റെ രചനയുടെ ഭാവുകത്വമോ, സ്വഭാവമോ, ചിന്താതലമോ ചിലതിൽനിന്നെങ്കിലും വ്യത്യസ്തപ്പെട്ടു നിൽക്കാനും സാധ്യതയുണ്ട് എന്നാൽ മുഴുവനായും എന്റേതുമാത്രമായ അനുഭവങ്ങളും അടയാളപ്പെടുത്തലുകളുമാണ് അവയെല്ലാം. ആ രചനകളിൽ അടിയുറച്ചു നിന്നുകൊണ്ടേ ഇന്നത്തെ എന്നെയും എഴുത്തുകളെയും വായിക്കാൻ സാധിക്കു. എനിക്ക് രചനകളോടുള്ളതിനേക്കാൾ അധികാരവും അവകാശവും അവയ്ക്ക് എന്നോടുണ്ട് എന്ന് മനസ്സിലാക്കുന്നു.

എഴുതിയതിനെ സ്വകാര്യമായ് മാത്രം കവിത എന്ന് വിളിച്ചിരുന്ന സങ്കോചത്തിൽ നിന്നും കവിതാസമാഹാരമായി മാറിയതിൽ പ്രിയപ്പെട്ട അധ്യാപകനും ഗൈഡുമായ ഡോ.ഓ.കെ.സന്തോഷ് സാർ പകർന്ന ധൈര്യവും നല്ല വാക്കുകളും പ്രധാന പങ്ക് വഹിക്കുന്നു. മികച്ച അവതാരികയ്ക്കും പിന്തുണയ്ക്കും ആത്മാർത്ഥമായ നന്ദി.

ആദ്യാക്ഷരങ്ങളും അറിവും പകർന്ന് സ്നേഹവും കരുതലുമായ മുത്തശ്ശന്, സ്വപ്നം കാണാനും അതിനുവേണ്ടി പ്രവർത്തിക്കാനും ധൈര്യവും പിന്തുണയും നൽകുന്ന അമ്മയ്ക്ക്, നേരിട്ടെന്നോട് പ്രകടിപ്പിച്ചില്ലെങ്കിലും വീട്ടുകാരോടും കൂട്ടുകാരോടും എന്നും അഭിമാനത്തോടെ പറയുന്ന അച്ഛന്, സന്ദീപേട്ടന്, മറ്റ് കുടുംബാംഗങ്ങൾക്ക്, അക്ഷരപുണ്യമായ, എന്റെ വെളിച്ചവും വഴിയുമായ പ്രിയപ്പെട്ട രാഘവൻ മാഷ്ക്ക്, ജീവിതത്തെയും സാഹിത്യത്തെയും കരുത്തോടെ നേരിടാൻ അറിവും ആത്മവിശ്വാസവും പകർന്ന, വായിക്കാനും എഴുതാനും മാർഗ്ഗദർശിയാവുന്ന ഡോ.പി.എം. ഗിരീഷ് സാറിന്, എല്ലാ രചനാശ്രമങ്ങൾക്കും പ്രോത്സാഹനം നൽകിയിരുന്ന ഡോ.എം. കൃഷ്ണൻ നമ്പൂതിരി സാറിന്, ഡോ.ആർ. ശ്രീലത ടീച്ചർക്ക്, ഡോ. കെ.ആർ. ടോണിസാറിന്, സേതുമാഷിന്, ജെൻസി മിസ്സിന്, പ്രൂഫ്റീഡിങ്ങും നിർദ്ദേശങ്ങളുമറിയിച്ച ഡോ.പി.വി. ബിജുചേട്ടന്, സുരേന്ദ്രൻ മാഷിന്, അദ്ധ്യാപകർക്ക്, സുഹൃത്തുക്കൾക്ക് ഇങ്ങനെ കരുത്തായ് മാറിയ എല്ലാ വ്യക്തികളോടും, അവിട്ടത്തൂരിന്, ചെന്നൈ നഗരത്തിന്, പ്രിയപ്പെട്ട ഇടങ്ങളോടും, കുട്ടിക്കാലത്ത് വെള്ളിയാഴ്ചകളിൽ മുടങ്ങാതെ എത്തിയിരുന്ന ബാലവാരികകൾ മുതൽ ഇന്ന് ഗവേഷണാവശ്യത്തിനായി വായിക്കുന്ന പുസ്തകങ്ങളോടും മുറിവുകൾ ബാക്കിയാക്കുന്ന വർത്തമാനകാല വാർത്തകളോടും എല്ലാത്തിനോടും ഞാനും എന്റെ അക്ഷരങ്ങളും കടപ്പെട്ടിരിക്കുന്നു.

ഏറെ സ്നേഹത്തോടെ പ്രിയപ്പെട്ട വായനക്കാർക്കായ് പുസ്തകം പങ്കുവെയ്ക്കുന്നു.

കൂവാനും കുതറാനും പാടാനും പറക്കാനും ശ്രമിക്കുന്ന വാക്കുകൾ

ഡോ.ഒ.കെ.സന്തോഷ്

വൈവിധ്യങ്ങളും ബഹുസ്വരതകൊണ്ടും ഏറെ ബലിഷ്ഠമായ മലയാളകവിതയുടെ സമകാലികതയിൽ, ഒറ്റയ്ക്ക് ഒരാൾ ശ്രദ്ധനേടുകയെന്നത് അസാധ്യമായ കാര്യമാണ്. ആധുനികതാവാദത്തിന്റെ (Modernism) ആഖ്യാനരീതികളോട് ഇടഞ്ഞുകൊണ്ട് 1990 കളുടെ പകുതിയോടെ അംഗീകൃതമാതൃകയായി മാറിയ ആധുനികാനന്തരകവിതകളിൽനിന്നും ഒരു തലമുറമാറ്റം കവിതയിലുണ്ടായിരിക്കുന്നുവെന്ന് വാദിക്കുന്നവരുടെ എണ്ണവും വർദ്ധിച്ചിട്ടുണ്ട്. ഭാവുകത്വമാറ്റത്തിന്റെ വ്യക്തമായ രീതികൾ പ്രകടമല്ലെങ്കിലും സവിശേഷമായൊരു പ്രയോഗവിശേഷം രൂപപ്പെട്ടില്ലെങ്കിലും മറ്റുപല കാര്യങ്ങളിലുമെന്നപോലെ മാറ്റങ്ങൾ കവിതയിലും സംഭവിക്കുന്നുണ്ടെന്ന് കരുതേണ്ടിവരും. പോയട്രി ഇൻസ്റ്റലേഷൻ, പോയട്രി പെർഫോമൻസ് തുടങ്ങിയ വ്യത്യസ്തവും പരീക്ഷണാത്മകവുമായ രീതികൾ ഇവിടെയും സാധാരണമാവുന്നുണ്ട്. സമൂഹമാധ്യമങ്ങൾ, ഇതരചർച്ചാവേദികൾ, സാഹിത്യ ഫെസ്റ്റിവലുകൾ, വിപുലമായ പ്രസാധനസാധ്യതകൾ തുടങ്ങി വ്യത്യസ്തഘടകങ്ങൾ കവിതയ്ക്കും ഇതരസർഗാത്മകവ്യവഹാരങ്ങൾക്കും വികസിക്കാനുള്ള സാഹചര്യം ഉണ്ടാക്കിയിട്ടുണ്ടെന്നും പറയാം. ഇങ്ങനെ വിശദീകരിക്കുമ്പോഴും പുതിയകാല രചനകൾക്കെതിരെയുള്ള

വിമർശനങ്ങളും ആത്മവിമർശനങ്ങളുടെ അഭാവവും പ്രത്യേകം പറയേണ്ടതുണ്ടെന്ന് തോന്നുന്നു. മലയാളത്തിലെ പുതിയ എഴുത്തുകാർ ചരിത്രത്തിന്റെ ഭാരമില്ലായ്മയെ ആഘോഷിക്കുമ്പോൾ പക്ഷെ, ചരിത്ര പരിണാമത്തെ കുറിച്ചുള്ള തിരിച്ചറിവുകൾ കൂടുതൽ സൂക്ഷ്മ നോട്ടങ്ങളിലേക്കും ആഖ്യാനങ്ങളിലേക്കും എഴുത്തുകാരെ നയിക്കുമെന്ന യാഥാർത്ഥ്യത്തെ വിസ്മരിക്കുകയാണെന്ന് ചൂണ്ടിക്കാണിക്കേണ്ടി വരും.

സുജ സവിധത്തിന്റെ കവിതകളിലേക്കുള്ള പ്രവേശകം ഈ വിധത്തിലുള്ള ആശങ്കകളിലേക്കും ചിന്താപരമായ കാലുഷ്യങ്ങളിലേക്കും വായനക്കാരെ നയിച്ചാൽ അത്ഭുതപ്പെടേണ്ടതില്ല. കാരണം പഴമയുടെ ഗൃഹാതുരമായ ലോകവും പുതുമയുടെ ലോകത്തേക്ക് സ്വാതന്ത്ര്യബോധത്തോടെ പ്രവേശിക്കുവാനുള്ള ആഗ്രഹവും തമ്മിലുള്ള ബലപരീക്ഷണമാണ് പ്രമേയതലത്തിലും ആഖ്യാനപരമായും സുജയുടെ കാവ്യലോകം നേരിടുന്ന സന്ദിഗ്ധത. തന്റെയുള്ളിൽ തിങ്ങിവിങ്ങുന്ന തോന്നലുകളും അഭിപ്രായങ്ങളും സ്വപ്നങ്ങളും അമർത്തിവെച്ച വിക്ഷോഭങ്ങളുമെല്ലാം ചേർന്ന് എല്ലാവർക്കും പ്രിയപ്പെട്ട അനുഭവലോകങ്ങളുടെ മറുപാതിക്കായി വാക്കുകളെ മാറ്റിയെടുക്കുകയാണ് കവി ചെയ്യുന്നത്. ഇതിൽ മുഴുകുന്ന ഒരാളെ സംബന്ധിച്ച്, വികാര-വിചാരങ്ങളെയും അതിനെ ഘടനാപരമായി ആഖ്യാനം ചെയ്യാനുള്ള മാധ്യമത്തെയും നന്നായി ഇണക്കിചേർക്കുകയെന്നുള്ളത് വെല്ലുവിളിയാണ്. കവിതയുടെ ആന്തരികലോകം വൈവിധ്യപൂർണ്ണവും സൂക്ഷ്മവുമാകുമ്പോൾ അതിനെ പ്രതിഫലിപ്പിക്കുന്ന ക്രാഫ്റ്റ് ഉണ്ടാകണമെന്നില്ല. ഇത് മറിച്ചും സംഭവിക്കാം. സുജയുടെ കവിതകൾ പ്രാഥമികമായും നേരിടുന്ന ഒരു പ്രശ്നം ഈ ഒത്തിണക്കമില്ലായ്മയാണെന്ന് പറയാം. പക്ഷേ, ഘടനാപരമായ മുറുക്കമില്ലായ്മയെ കാലഘട്ടത്തിന്റെ ജീവിതാവബോധവുമായി ചേർത്ത് വെച്ചുകൊണ്ട് മനസിലാക്കിയാൽ ഈ പ്രശ്നത്തെ അവഗണിക്കാവുന്നതെയുള്ളൂ.

പറച്ചിലും നോട്ടവും

തന്റെയുള്ളിൽ കുരുങ്ങിക്കിടക്കുന്ന വാക്കുകൾ മറ്റൊരാളോട് പറയുവാനുള്ള തൃഷ്ണയെ അടക്കിപ്പിടിക്കുവാൻ ശ്രമിക്കുന്നുണ്ടെങ്കിലും അവ നിയന്ത്രണത്തിനുമപ്പുറത്തു കവിതകളായി മാറുന്നത് നമുക്ക് കാണാം. പരാജിതയെന്നനിലയിലല്ല, മറിച്ച് തീരെ ചെറിയ ഒച്ചകളിലൂടെയെങ്കിലും ആവിഷ്ക്കരിക്കുവാനുള്ള ആഗ്രഹങ്ങളാണ് സുജയുടെ കവിതകളെ ജീവത്താക്കുന്നത്. അകന്നുപോയ / അകലാൻ സാധ്യതയുള്ള ഒരാളോട് തന്റെ ഉള്ള് തുറക്കുന്നതിന്റെ അനിവാര്യതയിൽ

സന്തോഷം കണ്ടെത്തുകയും ബഹുവിധവിനിമയങ്ങളുടെ കാവ്യഭൂമിക യാക്കി അവയെ മാറ്റുകയും ചെയ്യുന്നു. മൗനം, പകച്ചുള്ള നോട്ടങ്ങൾ, പ്രതീക്ഷാനിർഭരമായ കണ്ണുകളുടെ പിൻവലിക്കൽ എന്നിങ്ങനെ ആന്തരികതയ്ക്കൊപ്പം സദാചലിക്കുന്ന ശരീരവും അവിടെ കാണാം. പൊതുവേ, ഉണ്മയുടെയും രാഷ്ട്രീയമായ പ്രഖ്യാപനങ്ങളുടെയും ആഖ്യാനപ്രതലമായി പെണ്ണെഴുത്ത് കാണുന്ന ശരീരത്തിന്റെ വിധ്വംസകത ഈ കവിതകളിൽനിന്നും അകന്നുനിൽക്കുന്നു. ഒരു യാത്രയിലെ അപരിഹാര്യമോ അകന്നകന്നുപോകുന്നതോ ആയ അകലങ്ങൾ ഈ കവിയെ വല്ലാതെ അലട്ടുന്നുണ്ട്.

'നിന്റെ വേരുകളിൽ കുരുങ്ങി ഓർമ്മകളിൽ കുടുങ്ങി പലകുറി മറി ഞ്ഞുവീണപ്പോഴാണ് എന്നെ ചവിട്ടി നടന്ന നിന്റെ ദൂരങ്ങൾ ഞാനറി യുന്നത്' (അതിജീവനം)

ഈ അകലം കേവലമായ അർത്ഥത്തിൽ പ്രത്യക്ഷമാകുന്നതല്ല. കുഴിച്ചു കുഴിച്ചു പോകുന്തോറും പിടി തരാത്ത നിഗൂഢതപോലെ അത് വികസിക്കുന്നു. സ്നേഹവും പിണക്കവും കടപ്പാടുമെല്ലാം ചേരുന്ന മനോഹാരിതയും തിരസ്കാരത്തിന്റെയും അധികാരത്തിന്റെയും ഞെരു ക്കങ്ങളും ആ അകലത്തിന്റെ ഭാഗമാണ്. ചേർന്നിരിക്കാനുള്ള മോഹ ത്തേക്കാൾ അകന്നുപോകുമോയെന്ന ഭീതിയാൽ വലയംചെയ്യപ്പെട്ട മനസാണ് ഇവിടെ പ്രവർത്തനസജ്ജമായിരിക്കുന്നത്. ചിലപ്പോൾ കാൽപ്പനികമായ ഭാവത്തിന്റെ ചേരുവകളെ ഉപേക്ഷിക്കാനാവാത്ത വിധത്തിലുള്ള ഒരു മിടിപ്പിന്റെ നേർത്തശബ്ദത്തിലൂടെ ഈ കവിതകൾ നമ്മെ കേൾപ്പിക്കുന്നു. എന്നാൽ ഇതിന്റെ മറുപുറംകൂടിയുണ്ട്. ഒരുപക്ഷേ, കാഴ്ചയുടേയും കാഴ്ചപ്പാടിന്റേയും മാറിനകാലത്തെയും ലോകത്തെയും അഭിമുഖീകരിക്കുവാൻ വിമുഖത പുലർത്തുന്നവരോടുള്ള കലഹമാണത്. വിമോചനത്തിന്റെയും വിവേചനത്തിന്റെയും ആഴവും അർത്ഥവും വിശ ദീകരിക്കുന്ന അത്തരത്തിലുള്ള രചനകൾ പുതുപെണ്മയുടെ ആഘോഷ ങ്ങളായി മാറുന്നു. മലയാളകവിതയിൽ നിരന്തരം കാണുന്ന ഇത്തരം വാങ്മയങ്ങളുടെ രാഷ്ട്രീയോന്മുഖമായ മാനങ്ങൾ വിപുലമായി ചർച്ച ചെയ്യപ്പെട്ടിട്ടുണ്ട്. പുതിയ എഴുത്തുകാരികളുടെ ഇഷ്ടപ്രമേയമായ അധി കാരത്തോടുള്ള കലാപം, കത്തിപ്പടരാനുള്ള വെമ്പലായി സുജയുടെ കവിതയിലും പ്രത്യക്ഷപ്പെടുന്നുണ്ട്. ഒരു ഉദാഹരണം നോക്കുക -

അനുവാദം ചോദിച്ച് ചോദിച്ച്
ഒടുവിൽ ദയയിൽ കിട്ടിയ സ്വാതന്ത്ര്യത്തോളം
അറപ്പതോന്നുന്ന ഒരു ചങ്ങലയുമുണ്ടായിട്ടില്ല.
(കാഴ്ച +പാട്)

കവിതയുടെ ശീർഷകംതന്നെ മുറിവിനെയുൾക്കൊള്ളുന്നു. ആണധികാരത്തിന്റെ കാഴ്ചകൾ പെൺജീവിതത്തിലുണ്ടാക്കുന്ന വേദനയുടെയും അതിൽനിന്നും ഉയിർക്കൊള്ളുന്ന രോഷത്തിന്റെയും കൊളാഷ് ആണ് ഈ കവിതയെന്ന് [illegible] എന്ന രചനയിൽ തന്നിഷ്ടക്കാരോടോത്തു ഒളിച്ചോടാനും ഉച്ചത്തിൽ കൂവാനുമൊക്കെ ആഗ്രഹിക്കുന്ന പെണ്മയുടെ ഉള്ള് നിരുപാധികമായി തുറക്കുന്നുമുണ്ട്. സ്വാതന്ത്ര്യമെന്ന പ്രമേയം മുൻപുള്ളതിൽനിന്നും എത്ര വ്യത്യസ്തമായാണ് സമകാലികകവിതയിൽ അടയാളപ്പെടുന്നതെന്ന് ശ്രദ്ധിക്കുക. ഭൗതികാർഥത്തിലുള്ള സ്വാതന്ത്ര്യമെന്നതിനെക്കാൾ ഭാവനയുടെ ആകാശത്തെ ഉരുമ്മാനും രാത്രിയെ സ്വന്തമാക്കാനും സ്വന്തം ഇച്ഛകൾക്ക് അനുസരിച്ച് നടക്കാനും പാടാനും വഴക്കിടാനും ഇഷ്ടംകൂടാനുമൊക്കെയുള്ള ആന്തരികമായ സ്വച്ഛതയാണ് ഇവിടെ കവിതയ്ക്ക് വിഷയമാകുന്നത്.

ഏത് സാഹിത്യരൂപവും ആത്യന്തികമായി പഴയമൂല്യവ്യവസ്ഥയെ പുതുക്കിപ്പണിയാനും പുതിയവ നിർമ്മിക്കാനും അബോധപരമായെങ്കിലും ശ്രമിക്കാറുണ്ട്.കവിതപോലുള്ള മാധ്യമത്തിൽ ഇവ കൂടുതൽ പ്രകടവും ധ്വനിസമ്പന്നവുമാണ്. പ്രമേയപരവും ആഖ്യാനപരമായും പുതിയവ നിർമ്മിക്കാനുള്ള വ്യഗ്രത കൂടുമ്പോൾ തലമുറകൾതമ്മിലുള്ള ചേർച്ചയില്ലായ്മയും വിയോജിപ്പുമൊക്കെ സംവാദവിഷയമായി മാറുന്നു. ഒരേകാലത്ത് പലതരം പ്രവണതകൾ ഒന്നിച്ചുവരുന്നതും അസാധാരണമല്ല .

പ്രണയം, അധികാരത്തോടുള്ള കലഹം, സാങ്കേതികമാറ്റങ്ങളോടും അവ നൽകുന്ന സാധ്യതകളോടുമുള്ള അഭിനിവേശം, സമകാലികതയോടുള്ള വൈരുദ്ധ്യാത്മകമായ അഭിമുഖീകരണം തുടങ്ങി വൈവിധ്യമുള്ള തലങ്ങളിലൂടെയാണ് ഈ പ്രവണതകളെ നിർധാരണം ചെയ്യാൻ കഴിയുക. പക്ഷേ,നിശ്ചിതമായ അർത്ഥത്തിലുള്ള വേറിടൽ ഒരു കവിയുടെ രചനകളിൽനിന്നും പ്രതീക്ഷിക്കാനാവില്ല. മലയാളകവിതക്ക് ഒരു കത്ത് എഴുതിയ എസ്.ജോസഫ്, പിൽക്കാലത്തെഴുതിയ 'മഹാരാജാസ് ചിത്രണം' എന്ന കവിത വായിക്കുമ്പോൾ ആഖ്യാനപരമായ ഈ വൈരുധ്യം എളുപ്പത്തിൽ മനസ്സിലാക്കാം. ഉപയോഗിച്ച് ക്ലീഷേയായി മാറിയ പൂർവഭാരമില്ലായ്മ കവിതകളെ സംബന്ധിച്ച് ഏറെ സങ്കീർണ്ണമാണ്. രചനകളുടെ അടിപ്പടവായി വർത്തിക്കുന്ന വാക്കുകളുടെ അടുക്കിവെക്കൽ പലപ്പോഴും നിയതമായ ഘടനയ്ക്കുള്ളിൽ ഒതുങ്ങാതെ വരുന്നു. കാലത്തിൽനിന്നും തെറ്റിപ്പോകുന്ന കാവ്യവ്യവഹാരമായി ഇവയെ കാണേണ്ടതില്ലെന്ന് സാരം.

പുതിയ കാലത്തെ അഭിമുഖീകരിക്കുമ്പോഴും, പഴയ ജീവിതവ്യവസ്ഥയോടും അതിന്റെ മൂല്യങ്ങളോടും പൂർണ്ണമായും വിട്ടുപോകാനാവാത്തതിന്റെ സംഘർഷം സുജയുടെ കവിതകളിലുണ്ട്. പഴയ കാഴ്ചകൾ, മണങ്ങൾ, സ്പർശങ്ങൾ, രുചികൾ, ബന്ധങ്ങൾ തുടങ്ങിയ വ്യത്യസ്തകളെ ബന്ധിപ്പിച്ചുകൊണ്ട് അക്കാലത്തേക്ക് ഒരു നടപ്പാതയൊരുക്കാൻ ശ്രമിക്കുന്നത് ഇതിന്റെ ഭാഗമാണ്. 'കളഞ്ഞുപോയവ' എന്ന രചനയിൽ കാണുന്ന ഈ അടുപ്പം 'കാലഹരണപ്പെട്ടവർ എന്ന കവിതയിലേക്ക് എത്തുമ്പോൾ സാമൂഹികവും രാഷ്ട്രീയവുമായ വിമർശനത്തിന്റെ സൂക്ഷ്മരൂപം കൈവരിക്കുന്നുണ്ട്. നമുക്ക് ചുറ്റും വിലയില്ലാതായി മാറുന്ന പലതുമുണ്ട്. ആദർശപരമായ നിലപാടുകൾ, മനുഷ്യപക്ഷത്തെയുൾക്കൊള്ളുന്ന രാഷ്ട്രീയം, വിമോചനസ്വപ്നങ്ങൾ, തുടങ്ങി സാമൂഹികവും വ്യക്തിപരവുമായ നഷ്ടങ്ങളുടെ വൈപുല്യംതന്നെ സൂക്ഷ്മമായി നോക്കിയാൽ കാണാം. ഗൃഹാതുരമായ നന്മയെക്കുറിച്ചുള്ള പതിവ് പരിവേദനങ്ങളെയല്ല ഇവിടെ നഷ്ടമെന്ന് വിവക്ഷിക്കുന്നത്. മറിച്ച്, സമകാലികമായ സാമൂഹിക – രാഷ്ട്രീയ – നൈതികമായ വക്രീകരണങ്ങളും അധീശത്വതാല്പര്യങ്ങളുടെ ഏകപക്ഷീയമായ വിജയങ്ങളുമൊക്കെ പുതിയ ചില സന്ദേഹങ്ങൾ സൃഷ്ടിക്കുന്നുണ്ടെന്നു പറയാം. സുജയുടെ കവിതയിൽ സൂചിപ്പിക്കുന്നതു പോലെ,

> 'ഒരു നോട്ടുണ്ട്
> കഴിഞ്ഞ തവണ
> നിരോധിച്ചപ്പോൾ
> മാറ്റിയെടുക്കാനാവാതെ
> കൈയ്യിലകപ്പെട്ടത്
> ആവശ്യത്തിലേറെ മുഷിഞ്ഞത്'
> (കാലഹരണപ്പെട്ടവർ)

നമ്മുടെ പൊതുജീവിതത്തെയും സ്വയംനിർണ്ണയത്തെയും അപകടകരമായ രീതിയിൽ ഭരണകൂടം (വ്യക്തി) കവർന്നെടുത്തതിന്റെ രാഷ്ട്രീയമായ ഓർമ്മകളിലൂടെ മുഷിഞ്ഞുതുടങ്ങിയ ബന്ധങ്ങളെയും ബന്ധനങ്ങളെയും ആവിഷ്കരിക്കാനാണ് കവി പിന്നീട് ശ്രമിക്കുന്നത്. സൂചനാത്മകമായ തലത്തിൽനിന്നും വിപുലമായ യാഥാർത്ഥ്യങ്ങളിലേക്ക് വികസിക്കുന്ന ഈ കവിത ഇന്ത്യയിലെ രാഷ്ട്രീയത്തിലുണ്ടായ മാറ്റങ്ങളോടു നടത്തുന്ന സംവാദമായി മാറുന്നു. ഇത്തരത്തിലുള്ള രചനകൾ കുറവാണെങ്കിലും കവിയുടെ നോട്ടങ്ങൾ സൂക്ഷ്മവും ജാഗ്രതയുള്ളതുമായി മാറുന്നത് ശ്രദ്ധേയമാണ്.

എഴുത്തിനെ ആന്തരികമായി ഉൾക്കൊള്ളുകയും വിശദീകരിക്കുകയും ചെയ്യുന്ന ഒട്ടേറെ കവിതകൾ ഈ സമാഹാരത്തിലുണ്ട്. അവ പലപ്പോഴും സ്കൂൾ, ഹോസ്റ്റൽ, തുടങ്ങിയ ജീവിതാനുഭവങ്ങളെയും സ്ഥലരാശിയെയും ഓർമ്മകൾ ആണ് ഉറവപൊട്ടുന്നപോലെ പുറത്തേക്ക് വരുന്നത്. വാക്കുകൾക്കിടയിൽ നഷ്ടപ്പെടാവുന്ന ആത്മത്തെ ഈ ഓർമ്മകളിലൂടെ സംരക്ഷിക്കുവാനുള്ള ഉത്സുകതയാണ് കവി ഇതിലൂടെ പ്രകടിപ്പിക്കുന്നത്. എഴുതിത്തീരാത്ത പുസ്തകം,

വായിച്ചു മടുക്കാത്ത പുസ്തകം, കടലാസ് തുടങ്ങിയ രചനകൾ ആത്മാന്വേഷണവും തന്നെതന്നെ ചേർത്തുനിർത്താനും വെളിപ്പെടുത്താനുമുള്ള ശ്രമമാണ്. ഭ്രാന്തമായി സ്വപ്നം കാണാനും ഉച്ചത്തിൽ കൂവാനും പുഴയുടെ വേര് തേടി ഒഴുകാനുമൊക്കെ കാണിക്കുന്ന തീവ്രാഭിലാഷങ്ങൾ സ്വയം പ്രകാശനത്തിന്റെ അടയാളങ്ങളല്ലാതെ മറ്റെന്താണ് ? പൊതുബോധത്തിൽ പെൺജീവിതത്തിന് അനുവദനീയമായ അതിരുകളെ ഭേദിക്കാനുള്ള കർതൃത്വബോധം പ്രകടിപ്പിക്കുന്ന രചനകളായി ഇവയെ കാണാം. അറിയിപ്പ് എന്ന കവിതയിൽ ചിന്താപരതയുടെ സങ്കീർണ്ണഘടനയിലേക്ക് ഇവയെ വിവർത്തനം ചെയ്യാൻ കഴിയുന്നുമുണ്ട്.

> 'ഞാനായിരുന്ന
> കുറെ ഞാനുകളെ
> ഒന്നിനുമല്ലാതെ
> ഞാനുപേക്ഷിച്ചിരിക്കുന്നു'

എന്നെഴുതുമ്പോൾ, ഓരോ കാലത്തും ഓരോ ലോകത്തും എടുത്തണിഞ്ഞും ഊരിമാറ്റിയും തന്റെ തന്മയെ (Identity) പുതുക്കുന്നതിന്റെ യുക്തിയും സൗന്ദര്യവും തെളിഞ്ഞുകാണാം. സ്ത്രീവാദരാഷ്ട്രീയത്തെ സുജ എഴുത്തിനുള്ള ഊർജമാക്കുന്നത് കണിശമായ ഒരു ആശയവ്യവസ്ഥയെ പകർത്തിവെക്കുന്നതിലല്ല. മറിച്ച് അനുഭവവും അറിവും സൗന്ദര്യാത്മകമായി ഇണക്കിചേർത്തുകൊണ്ടാണ്. സമകാലിക മലയാളകവിതയുടെ ഏറ്റവും ശക്തമായ സാന്നിധ്യം സ്ത്രീകവിതകളുടെ വൈവിധ്യമാർന്ന ഭൂമികയാണെന്ന് പറയുന്നതിൽ ഒട്ടും അമാന്തിക്കേണ്ടതില്ല. ബഹിഷ്കൃതരും ബഹുവിധമായ അധികാരത്തിൽ ഞെരിഞ്ഞമരുന്നവരും ആവുന്നത്ര പ്രതിരോധവും ശബ്ദവും ഉയർത്തുന്നതിന്റെ ഭാഗംകൂടിയാണ് ഇത്തരം ഉണർവ്വുകൾ. അതിന്റെ ബഹുസ്വരവും ബഹുലവുമായ സംവാദമണ്ഡലത്തിലേക്ക് കൂടിയാണ് സുജയുടെ കവിതകൾ പ്രവേശിക്കുന്നത്. 'വാശി' എന്ന കവിത ഈ പ്രതിരോധത്തിന്റെ മാനിഫെസ്റ്റോയാണ്. നിർണ്ണയിക്കപ്പെടുന്ന പരിധികളെ മറികടക്കാനുള്ള പരിശീലനം ഒരു

പെണ്ണിനെ സംബന്ധിച്ച് ചെറുപ്പംമുതൽതന്നെ തുടങ്ങുന്നു. പിന്നീട് അതിന്റെ ഭാഷയും ആവേഗവും വ്യത്യസ്തമാകുന്നുവെന്നെയുള്ളൂ.

ഇങ്ങനെയൊക്കെ വിശദീകരിക്കുമ്പോഴും സുജയുടെ കവിതകളുടെ ഭാരം കനമില്ലാതെ പാറിനടക്കാൻ ആഗ്രഹിക്കുന്ന ഒരാളുടെതാണ്. അവിടെ ഒരുക്കിക്കൂട്ടിവെച്ചിരിക്കുന്ന വസ്തുക്കൾ ഓർമ്മകളിൽനിന്നും ഖനനംചെയ്തെടുത്ത മഷിത്തണ്ടും മയിൽപ്പീലിയും കളർപെൻസിലും കടലാസ് തോണിയുമൊക്കെയാണ്. അപൂർവ്വം ചില രചനകളെ മാറ്റി നിർത്തിയാൽ സ്വപ്നത്തിന്റെ പിന്നാലെ അനായാസമായി നടക്കുന്ന ഒരു കുട്ടിയുടെ നിഷ്കളങ്കതയാണ് ഭാവനാശക്തികൊണ്ട് തോറ്റിയെടുക്കുവാൻ കവി ശ്രമിക്കുന്നത്. അമ്മയും മുത്തശ്ശിയും മുത്തച്ഛനുമൊക്കെ തീർത്ത കൂടിന്റെ സുരക്ഷിതത്വത്തെ ഗൃഹാതുരമായി പുനസൃഷ്ടിക്കുന്നതിലൂടെ ഈ കുറിപ്പിന്റെ തുടക്കത്തിൽ സൂചിപ്പിച്ച ആഖ്യാനപരവും ഭാവുകത്വപരവുമായ പുതുമയുണ്ടാക്കുന്നതിൽ സുജ ശ്രദ്ധാലുവല്ലെന്ന് പറയാം. എങ്കിലും ഇടക്ക് ചില കുതിപ്പുകൾ ഉണ്ടാക്കുന്നുവെന്നത് ഈ കവിതകളെ ക്ഷണികമായൊരു മിന്നൽപ്രഭയുടെ അവകാശിയാക്കുന്നു. ‘ഒച്ചിനോളം മണ്ണിനെ പ്രണയിച്ച മറ്റൊരാളില്ല’ എന്നൊക്കെ പറയാനുള്ള സ്വാഭാവികത ആർജിക്കുന്നത് കവിതയുടെ വെളിച്ചവും ചൂടും സങ്കടവും ഉള്ളിൽപ്പേറുന്നതുകൊണ്ടാണ്.

എങ്കിലും മലയാളത്തിലെ പുതുനിരകവികൾ തീർക്കുന്ന വൈവിധ്യങ്ങളിൽ ഈ കവിതകൾക്കും സ്ഥാനമുണ്ട്. അലീന, വിപിത, വിദ്യ പൂവഞ്ചേരി, ധന്യ വെങ്ങച്ചേരി, അമൃത കേളകം തുടങ്ങി വ്യത്യസ്തമായ ഭാഷയും അനുഭവലോകങ്ങളും നിർമ്മിക്കുന്ന ഒരു കാലത്താണ് സുജയുടെ കവിതകളും മലയാളി വായനക്കാരോട് സംവദിക്കുവാൻ പോകുന്നത്. അലസമായി സ്വപനങ്ങളെ തുന്നിയെടുക്കുന്ന കാവ്യവ്യവഹാരത്തിന്റെ പഴമയെ നിഷേധിച്ചുകൊണ്ടാണ് പുതിയ എഴുത്തുകാരികൾ ഭാവുകത്വത്തിന്റെ ആഴവും വ്യതിരിക്തതയും നമുക്ക് മുൻപിൽ അവതരിപ്പിക്കുന്നത്. അതിന്റെ അലയൊലികൾ നിസാരമോ നൈമിഷികമോയല്ലായെന്നു കാലം തെളിയിക്കും. ആ കൂട്ടത്തിന്റെ ഭാഗമാകാൻ സുജയുടെ കവിതകൾക്ക് പ്രാപ്തിയും തികവും ഉണ്ടെന്നു തന്നെയാണ് എന്റെ വിശ്വാസം.

അതുകൊണ്ടുതന്നെ ഈ കവിതകളെ വായനക്കാരുടെ ആസ്വാദനത്തിനും ആഴമുള്ള വിശകലനങ്ങൾക്കും ഉള്ള് തുറന്ന വിമർശനങ്ങൾക്കുമായി അവതരിപ്പിക്കുന്നതിലുള്ള സന്തോഷംകൂടി ഇവിടെ പങ്കുവെക്കുന്നു.

കവിതകൾ

അതിജീവനം

ചില ദൂരങ്ങളുണ്ട്
ഒരിക്കൽ മാത്രം സഞ്ചരിക്കാവുന്നവ.

അകലത്തെ അകറ്റി
ചുറ്റിപ്പടർന്നുകിടന്നാലും
ഒരു ഇളം കാറ്റിൽ
അകലേക്ക് വലിച്ചെറിയപ്പെടുന്ന
അടുപ്പങ്ങൾ.

വരണ്ടവേനലിൽ
ഉഷ്ണനോവ്,
കൊട്ടുംമാരിയിൽ
കുമ്പിൾ കണ്ണീർ,
ചതുപ്പിൽ കള.
മാറ്റിഎഴുതുന്തോറും
തെളിയുന്ന തെറ്റ്.

കിതച്ചുനീന്തുന്തോറും
മുന്നിലൊരുകടൽ
മാറാതെ നിന്നപ്പോഴാണ്
നിനക്ക്
വധശിക്ഷ വിധിച്ചത്.

ആഴങ്ങളുടെ അടരുകളിൽ
നീരുറവകൾക്ക്
ഇടമില്ലാത്ത
[illegible]

നിന്റെ വേരുകളിൽ കുരുങ്ങി
ഓർമ്മകളിൽ കുടുങ്ങി
പലകുറി മറിഞ്ഞുവീണപ്പോഴാണ്
എന്നെചവിട്ടി നടന്ന
നിന്റെ ദൂരങ്ങൾ
ഞാനറിയുന്നത്.

എത്രതിരിഞ്ഞുനടന്നാലും
തിരഞ്ഞു വന്നാലും
പിന്നിട്ടവഴിയിൽ
കതിരായിതെളിഞ്ഞ്
പഴയനാമ്പ്
നിനക്കവിടെ കാണില്ല.

നക്ഷത്രങ്ങളെ തേടി
മരുച്ചൂടിലൂടെ വെന്തും
ആഴങ്ങളിൽ മുങ്ങിയും
പൊരുതിയെത്തിയ ദൂരങ്ങൾ
നിനക്ക് കാണാനാവാത്തവിധം
ഞാൻ മായ്ച്ചുകളഞ്ഞിരിക്കുന്നു.
✪

പുസ്തകപ്പുഴുക്കൾ പ്രണയിക്കാറുള്ളത്

പുസ്തകപ്പുഴുക്കൾ പ്രണയിക്കുന്നതെങ്ങനെയെന്ന്
നിങ്ങൾക്കറിയാമോ?

അറിയാനിടയില്ല,
കാരണം അവരതാരോടും പറയാറില്ല.
പ്രണയത്തിന്റേതായ ഒന്നും
മറ്റുള്ളവർക്ക് അതിൽ
കാണാനുമാവില്ല.

പല പുസ്തകങ്ങളുടെയും ഏടുകൾ
അവർ ഒന്നായി നുണയുന്നു.
അക്ഷരങ്ങളിൽ
മധുരിച്ചു മയങ്ങുകയും,
ചവർപ്പിൽ തുപ്പുകയും ചെയ്യുമ്പോഴെല്ലാം
അവർ പ്രണയം
പങ്കുവെയ്ക്കുന്നു.

മധുരവും കയ്പ്പും
പുളിപ്പും ചവർപ്പും
എരിവും നനവും

ഉപ്പും കടുപ്പവും
അവർ കൈമാറിക്കളിക്കുന്നു.

[illegible] ചിലപ്പോൾ
നീർമാതള തണലിലിരുന്ന്,
ചിലപ്പോൾ
മയ്യഴിപ്പുഴയുടെ തീരങ്ങളിലിരുന്ന്,
ചിലപ്പോൾ
മാംഗസ്റ്റീൻ നുകർന്ന്.

ചില ഏടുകൾ
പാത്തുമ്മായുടെ ആട്
മിണുങ്ങാൻ വരുമ്പോഴേക്കും
കാവൽ നിന്ന മാണിക്കൻ
ആട്ടി ഓടിക്കും.

സുഹ്റയുടെ ഏടിൽ
നനവും കയ്പ്പും കൂടിയപ്പോഴാണ്
ചിന്നമ്മയുടേതിന് നല്ല
എരിയാണ്, പൊള്ളുമെന്നല്ലാം
അവർ പറഞ്ഞത്.

പുസ്തകങ്ങൾ തിന്നുതീർത്ത്
വീർത്ത് മയങ്ങി
അടുത്ത പുസ്തകത്തിലേക്ക്
വലിഞ്ഞ് നീങ്ങുമ്പോഴും
അവർ പ്രണയിക്കുകയായിരിക്കും.
✪

അടയാളപ്പെടാൻ ബാക്കിയായത്

നിങ്ങളെന്റെ ഭാഷയെ
ചോദ്യം ചെയ്തില്ലായിരുന്നെങ്കിൽ
നിറത്തെ പരിഹസിച്ചില്ലായിരുന്നെങ്കിൽ
നട്ട പുൽചെടികളെ
പിഴുതെറിഞ്ഞില്ലായിരുന്നെങ്കിൽ
നിങ്ങൾക്കിനിയും ഞാൻ
പ്രണയകവിതകളെഴുതുമായിരുന്നു.

കാട് പൂക്കുമ്പോൾ
കാട്ടാറൊഴുകുമ്പോൾ
കാറ്റ് വീശുമ്പോൾ
പട്ടിണിയെയോർക്കാതെ
പിന്നെയും പിന്നെയും പൂത്തുലയുമായിരുന്നു.

നിങ്ങളെന്റെ വംശത്തിന്റെ കണ്ണിയുടെ
കഴുത്തറുത്തില്ലായിരുന്നെങ്കിൽ
വിഷം കൊണ്ടു നീലിച്ച
ഞരമ്പുവേരുകളിൽ
ചോരവറ്റാത്ത പൊക്കിൾക്കൊടിത്തണ്ടുകളിൽ
പേരുകളൊന്നുംതന്നെ ഞാൻ
ബാക്കിവെയ്ക്കില്ലായിരുന്നു.

കാലത്തെ മായിച്ചും തെളിച്ചും

രണ്ടു രാത്രിയിലെ ഉറക്കമില്ലായ്മയും
അതിലും പഴക്കമുള്ള പട്ടിണിയുമാണ്
അമ്മൂമ്മയുടെ അടുക്കളയിലേക്ക്
വീണ്ടും കൊണ്ടുപോയത്.

ചോറിനു നല്ല കൊതിപ്പിക്കുന്ന
മണമാണെന്നും
അമ്മൂമ്മയുടെ കൈയ്യിന്
ഇളം മധുരമാണെന്നും
ചോറുവാരിത്തന്ന ഓർമ്മകൾ
തൊണ്ടയിൽ വിമ്മിട്ടപ്പെട്ടു.

അടുക്കളയുടെ അരണ്ട വെളിച്ചത്തേക്കാൾ
തെളിച്ചം ആ കണ്ണുകളിൽ
എപ്പോഴും തിളങ്ങിയിരുന്നെന്ന്
ഇരുളുകണ്ടു മടുത്ത മനസ്സും
ഓർമ്മിച്ചെടുത്തു.

നെറ്റിയിലെ വിയർപ്പിനൊരിക്കലും
പുഞ്ചിരിയുടെ തെളിഞ്ഞവരകളെ
മായ്ക്കാൻ കഴിഞ്ഞിരുന്നില്ലെന്നും

മിടിച്ചുമടുത്ത ഹൃദയവും
പറഞ്ഞെത്തിച്ചു.

ഓർമ്മകൾ മരണമാണെന്നും
ഇരുളാണ് ഉണർവെന്നും
എന്നോ മരിച്ച ബുദ്ധിയും
അറിയിച്ചുതളർത്തിച്ചു.
✪

കാഴ്ച + പാട്

അങ്ങിനെ അവസാനസ്വപ്നത്തിന്റെയും
പുലയടിയന്തിരം കഴിഞ്ഞ്
കണ്ണീർവരണ്ട കണ്ണുമായ്
ഇറയത്തിരിക്കുമ്പോഴാണ്
നിങ്ങൾ എനിക്കായ് പണിത
മണിമാളികയുടെ
സൗന്ദര്യത്തെ വാഴ്ത്തുന്നത്.
അതിനുള്ളിലെ സുഖശീതളിമയുടെ
ആഡംബരത്തെ പുകഴ്ത്തുന്നത്.

എനിക്കപ്പോഴും കാണാൻ കഴിഞ്ഞിരുന്നത്
ആകാശത്തോളം ഉയർന്ന
അതിന്റെ മതിലുകളായിരുന്നു.
സുരക്ഷിതത്വത്തിന്റെ മുഖമണിഞ്ഞ്
വായമൂടിക്കെട്ടിയെത്തിയ
കരച്ചിലുകളായിരുന്നു.

ഉറക്കെ ചിരിച്ചപ്പോൾ
വീഴാൻ ഭാവിച്ച ചാരിത്ര്യത്തോളം
ഒന്നും ഭയപ്പെടുത്തിയിട്ടില്ലായിരുന്നു.

നിങ്ങളുടെ തണലിൽ നട്ട പാഴ്ത്തൈ
തേടിയത് കൊട്ടുംവെയിലായിരുന്നു.

[illegible] ചോദിച്ച് ചോദിച്ച്
ഒടുവിൽ ദയയിൽ കിട്ടിയ സ്വാതന്ത്ര്യത്തോളം
അറപ്പുതോന്നുന്ന ഒരു ചങ്ങലയുമുണ്ടായിട്ടില്ല.

സ്വപ്നങ്ങൾ നശിച്ച,
വായില്ലാത്ത, തലയില്ലാത്ത .
ജീവിതത്തെക്കാളും അന്തസ്സ്
രണ്ടാളെ നോക്കി ഉറക്കെ കുരച്ച്
തെരുവിൽ ചത്ത പട്ടിയിലും
ഞാൻ അറിഞ്ഞിട്ടുമുണ്ടായിരുന്നു.

✪

വേഷപ്പകർച്ച

ശബ്ദമില്ലാതെ മുഴക്കുന്ന അലർച്ചകൾ
ചിലപ്പോൾ
പുഞ്ചിരികളായി
വേഷം മാറിയെത്തുന്നുണ്ട്.

പൊട്ടിച്ചിരിയുടെ വേഷമണിഞ്ഞ
കണ്ണീർപെയ്ത്തുമുണ്ട്.

കൈകൊട്ടുത്ത് യാത്രയയക്കുമ്പോൾ
ഉള്ളാലെ
ആഞ്ഞ് ആഴത്തിൽ
കെട്ടിപ്പിടിക്കുന്നുണ്ട്.

വേഷപ്പകർച്ചയുടെ
ഉത്സവവുമായി
അത്രമേൽ നിഷ്കളങ്കമായി
നിങ്ങൾക്കിടയിൽ
ജീവിക്കാൻ ശ്രമിക്കുന്നുമുണ്ട്.
✪

ഉപേക്ഷിച്ചർപ്പിച്ച ബലി

ഒരു കാടാകണം,
അതിൽ നിന്നെയുമൊളിപ്പിച്ച്
തീകൊളുത്തണം.

പുല്ലും മരങ്ങളും,
പക്ഷികളും മൃഗങ്ങളും,
നീയും ഞാനും,
എല്ലാം
ചുവന്നുതുടുത്ത പൂക്കണം.

ബാക്കിവരുന്ന ചാരത്തിൽ
ഒരു പിടി
മാറ്റിവെച്ച സ്വപ്നങ്ങൾക്ക്,
ഒരു പിടി
ഉപേക്ഷിച്ചെറിഞ്ഞ ജീവിതങ്ങൾക്ക്,
പിന്നെയുള്ളത് പുഴകൾക്ക്.

✪

ആരോടും പറയാതെ, പങ്കിടാതെ, ഒറ്റയ്ക്കോരോട്ടം

എങ്ങോട്ടെങ്കിലും ഒളിച്ചോടിപ്പോകണം
ഒറ്റയ്ക്ക്
ആരോടും ബാധ്യതകൾ പങ്കിടാതെ
പരാതികൾ പറയാതെ
പെട്ടന്നൊരു പോക്ക്.

നിന്ന നിൽപിൽ കാണാതെയാകണം.
ഏതെങ്കിലും കാട്ടിൽ
പുഴയുടെ തീരത്ത്
ഒറ്റയ്ക്ക്
അങ്ങനെ അങ്ങനെ.

പറഞ്ഞ വാക്കുകളുടെ കടമില്ലാതെ
പൂവിനോടും പുഴവിനോടും
പുല്ലിനോടുമെല്ലാം
നിർത്താതെ സംസാരിക്കണം.

ഓരോ സൂര്യോദയം കണ്ടും
മതിവരുവോളം പൊട്ടിച്ചിരിക്കണം.
കിളികളോടൊത്ത്

പല ഈണത്തിൽ
നീട്ടി, കുറുക്കി
ഉറക്കെ, പതുക്കെ
പാട്ടു പാടണം.
നക്ഷത്രങ്ങളെ നോക്കി
ചീവിടുകളുടെ താരാട്ടു കേട്ട്
ഞാൻ പോലുമറിയാതെ
ഉറക്കത്തിലേക്ക് വീഴണം.
എന്തുടുക്കാനും, എന്തുണ്ണാനും
എങ്ങിനെ നടക്കാനും
കണ്ണുകളെ ഭയക്കാതിരിക്കണം.
കരയാനും ചിരിക്കാനും
കാലം നോക്കാതാവണം.
തോന്നുമ്പോൾ
ഉള്ള് തുറന്ന് കൂവണം.

എങ്ങോട്ടെങ്കിലും ഒളിച്ചോടിപ്പോകണം
ഒറ്റയ്ക്ക്
ആരോടും ബാധ്യതകൾ പങ്കിടാതെ
പരാതികൾ പറയാതെ
പെട്ടന്നൊരു ഒളിച്ചോട്ടം

കാലഹരണപ്പെട്ടവർ

ഒരു നോട്ടുണ്ട് കഴിഞ്ഞ തവണ നിരോധിച്ചപ്പോൾ
മാറ്റിയെടുക്കാനാവാതെ കൈയ്യിലകപ്പെട്ടത്.
ആവശ്യത്തിലേറെ മുഷിഞ്ഞത്.
പല വീടുകളിലെ
ബാധ്യതകളറിഞ്ഞ്
പല ദൈവങ്ങളുടെ
വിയർപ്പറിഞ്ഞ്
തീരാകടങ്ങളുടെ
കണക്കുമായ് വന്ന
ഒരു നോട്ട്.

അതിലെ ഗാന്ധി
കുറച്ചധികം
സഹനസമരങ്ങളിൽ
ഉത്തരമായിട്ടുണ്ട്.

അതിലെ അക്കങ്ങൾ
പാഠപുസ്തകത്തിൽ പഠിച്ച
വിലയേക്കാൾ
മൂല്യം നേടിയതിന്റെ
ചുളിവുകളും
പേറുന്നുണ്ട് .

ആ നോട്ടാണ്
ഇനിയെന്തു വേണമെന്ന്
ദാരിദ്ര്യം കൊണ്ടു മെലിഞ്ഞ
പേഴ്സിൽ നിന്ന്
ആർദ്രമായ കണ്ണുയർത്തി
ചോദിക്കുന്നത്.

ഒരു നോട്ടുണ്ട്
കഴിഞ്ഞ തവണ
നിരോധിച്ചപ്പോൾ
മാറ്റിയെടുക്കാനാവാതെ
കൈയ്യിലകപ്പെട്ടത്.

ആമരം ഈമരം

ഒരു മരമുണ്ടായിരുന്നു
ഏതെങ്കിലും കൊടുങ്കാറ്റുവന്ന്
കടപുഴക്കുന്നതും കാത്തിരുന്ന മരം.
പുഴയോടൊപ്പം ഒഴുകുന്നത്
കൊതിച്ചിരുന്ന ഒരു മരം.
നക്ഷത്രങ്ങൾ അവസാനിക്കുന്ന ഇടം
തേടികണ്ടുപിടിച്ച്
അവിടൊരു നക്ഷത്രമാവാൻ
കൊതിച്ച മരം.
പെരുംമഴയ്ക്കുശേഷം
താൻ ഒരു മഴമരമാകുന്നത് കണ്ട്
പൊട്ടിച്ചിരിച്ച മരം.
ഒരിക്കൽ കൊഴിയുമെന്നോർത്തു
പൂക്കാനും കായ്ക്കാനും
പേടിച്ചിരുന്ന മരം.
മണ്ണിനെ വേദനിപ്പിക്കുവാൻ മടിച്ച്
വേരുകൾ ആഴ്ത്താൻ
തുനിയാത്ത പാഴ്മരം.
ഒരു മരമുണ്ടായിരുന്നു,
ഇപ്പോഴില്ലാത്ത
ഒരു പാവം മരം.

✪

കളഞ്ഞുപോയവ

ഒരുപിടി ഉറക്കം കളഞ്ഞുപോയിട്ടുണ്ട്,
അമ്മൂമ്മ എന്നോ പറഞ്ഞകഥയുടെ
വാലും തേടി പോയതാകാം.
മുത്തശ്ശൻ നട്ട ചാമ്പമരത്തിൽ
ഇനിയും ചാമ്പ ഒളിച്ചിരിക്കുന്നുണ്ടോയെന്ന്
അന്വേഷിയ്ക്കാൻ പോയതുമാകാം.

അമ്മയോട് കിണുങ്ങാൻ പരാതികൾ തേടി
അലയുന്നതാകാം
പങ്കിട്ട സ്നേഹത്തിന്റെ കണക്കുകൾ ചൊല്ലി
തല്ലിടാൻ പോയതുമാകാം.

പിണങ്ങിപ്പോയവരോടും,
പിണങ്ങാതെപോയവരോടും
തിരിച്ചുവരൂ കാത്തിരിക്കുന്നുണ്ട്
എന്ന് പറയാം.
തിരിച്ചുവരാൻ വഴിയറിയാതെ
നിൽക്കുകയാണെങ്കിൽ
വഴികാട്ടുകയുമാവാം.

കാറ്റും, നക്ഷത്രങ്ങളും, ഉമ്മവെയ്ക്കുന്ന സ്വപ്നങ്ങളും
സമ്മതിക്കുകയാണെങ്കിൽ

മാത്രം തിരികെ കോരിയെടുക്കുകയും ചെയ്യാം.
കളഞ്ഞുപോയ അത്രമേൽ സ്വന്തമല്ലാത്ത
ഒരുപിടി ഉറക്കം.

എഴുതപ്പെടാതെ മാഞ്ഞുപോയവ

ഇനിക്കും മുൻപേ
ഉദകക്രിയ ചെയ്യേണ്ടി വന്ന
സ്വപ്നങ്ങൾ.
പറയാൻ മോഹിച്ച് മോഹിച്ച്
രഹസ്യത്തടവിൽ മരിച്ചുപോയ
വിശേഷങ്ങൾ.
കണ്ണുകൾക്കിടയിൽ മഴവില്ലും
മഹാസമുദ്രവും തീർത്ത
സമയദൂരങ്ങൾ.
മിടിപ്പുകൾ അളന്നുതിട്ടപ്പെടുത്തിയവരിൽ നിന്നു
പറഞ്ഞാലും അറിയാത്ത അന്യരായവർ.
ഇങ്ങനെയെഴുതാൻ ഒരുക്കമല്ലാതെ
കഥയില്ലാതെ പോയ കവിതകൾ.
✪

പനിച്ചൂടിൽ പൂക്കുന്ന ഭ്രമവാകകൾ

പനിച്ചൂടിനോട് എന്നും ഒരു പ്രത്യേകതരം ലഹരിയാണ്.
പുറമേ ചൂടും
അകത്തു സ്നേഹം കൊണ്ടുകോച്ചുന്ന തണുപ്പും.
നീയെന്റെയാണെന്നോതി പുതപ്പുകെട്ടിപ്പിടിക്കുമ്പോൾ
ആർക്കും വിട്ടുകൊടുക്കില്ലെന്ന് കടുപ്പിച്ച്
ചുംബിക്കുന്ന തലയിണ.
ഫാനിനുള്ളിലിരുന്ന ആരോ താരാട്ടു പാടുന്നുണ്ടെന്ന്
തോന്നുമ്പോഴാണ്
കട്ടിലിൽ ഒരു തൊട്ടിലുണ്ടെന്ന തിരിച്ചറിയുന്നത്.
ഓരോ നിമിഷവും രാപ്പകലില്ലാതെ സുഖമന്വേഷിച്ചു
പോകുന്ന സെക്കന്റ് സൂചി.
കണ്ണുകൾ മിന്നൽപ്പിണരുകളും ഇരുളും ഒരു പോലെ
കാട്ടിക്കൊതിപ്പിക്കുമ്പോൾ
ഉന്മാദിനിയായി പനിച്ചൂടിലലിയാനാണീ
യുഗം വരെ കാത്തിരുന്നതെന്ന സത്യം
അപ്പോഴും ചുണ്ടിലൊളിപ്പിക്കണം.

ഒരു കട്ടൻകാപ്പി കൂട്ടിനെത്തിയിരുന്നെങ്കിൽ
എന്ന് രഹസ്യമായി മോഹിക്കണം.
✪

സമയദൂരങ്ങൾ

എന്നിൽ നിന്ന് നിന്നിലേക്കും
നിന്നിൽ നിന്ന് എന്നിലേക്കും
പലദൂരം.
ഞാൻ പറഞ്ഞതിനും
നീ നിനച്ചതിനും
പല അർത്ഥം.
നീ നിന്നോളം വലുതായി
നീലാകാശാവും നീലത്തിരമാലകളും
നീൾനിറങ്ങളും നിലാവുമാകുന്നു.
ഞാൻ എന്നോളം ചുരുങ്ങി
ഞാറും ചേറുമാകുന്നു.
ആഴങ്ങളെ തേടാത്ത ഞാറ്,
അനന്തതയിലലിയാത്ത ഞാറ്,
നിറങ്ങളെ തേടാത്ത ഞാറ്.
ചേറിലുണരുന്നു
ചേറിൽ പുളയ്ക്കുന്നു
ചേറിൽ ഒടുങ്ങുന്നു.
ഭൂമിയുടെ ഭാരവും
കടലിന്റെ ആഴവും
ഞാറ് തേടിയിട്ടില്ല.
ഞാറ് തേടിയത് നേട്ടം.
കൊയ്യാൻ വരൂ...

ഉണ്ണാൻ വരൂ..
എന്നാൽ
നിങ്ങളുടെ അഴകുകളിൽ
പറിച്ചു നടാതിരിക്കൂ.
✪

കാല_
നീതിയിലെ നഷ്ടപ്പെടൽ

ഇടയ്ക്കെങ്കിലും കണ്ണ് വെട്ടിച്ച്
രക്ഷപ്പെട്ടേ മതിയാകൂ
എഴുതിയാലും ജയിക്കാത്ത പരീക്ഷകളുടെ
വായിച്ചുതീരാത്ത അക്ഷരപ്പൂട്ടുകളുടെ
സ്നേഹത്തിന്റെ കുടുക്കിട്ട കുടുംബക്കൂടുകളുടെ
എത്ര കൂട്ടിയിട്ടും ശരിയാവാത്ത കണക്കുകളുടെ
എല്ലാവരുടേയും കണ്ണുവെട്ടിച്ച്
ഒരു നാടുകടക്കൽ
കാണാക്കാഴ്ചകൾ കാണൽ
നെറ്റിച്ചുളിച്ചവരുടെ നേർക്ക്
ഒരുറക്കെ കൂവൽ.
അതിനുമുമ്പെപ്പൊഴോ
എനിക്കെന്നെ നഷ്ടപ്പെട്ടാൽ
പിന്നെ എന്തു പറഞ്ഞറിയിക്കും?
കൂവാൻ ആഗ്രഹിച്ച പെണ്ണിനെ
കാണാതെ പോയെന്നോ?
കാഴ്ച്ചകൾ തേടിയ ഭ്രാന്തി
ഇരുട്ടിനെ കണ്ടുകൊതിച്ചെന്നോ?
പുഴയുടെ വേരുതേടിയവൾ
ഒഴുക്കിൽ പൊലിഞ്ഞെന്നോ?
മണ്ണിന്റെ വിടവുതേടി ഒടുവിൽ

അതിൽ അലിഞ്ഞെന്നോ?
വാക്കുകൾക്കിടയിൽ കാണാതെ പോയെന്നോ?
അതിനിടയിലെപ്പൊഴോ
ഒരു കഥയായ് മാറിയെന്നോ?

✪

മുറി - മുറിവ്

ഈ ഹോസ്റ്റൽമുറികൾക്ക്
വല്ലാത്ത ഒരു വാചാലതയാണ്.
അതിന്റെ ബഹളങ്ങളിൽനിന്നും
രക്ഷപ്പെടാൻ
ഒന്നുകിൽ നിങ്ങൾ
അവയ്ക്ക് പിടികൊടുക്കാതെ
പുസ്തകങ്ങളുടെ ഉൾഗുഹകളിൽ
ഒളിച്ചിരിക്കണം.
അല്ലെങ്കിൽ കുറച്ചുകൂടി
ബുദ്ധിമുട്ടുള്ള ഒന്നുണ്ട്,
മുറിയുടെ ഏകാന്തതയെ വകവെയ്ക്കാതെ
ഉറക്കത്തിന്റെ ഇരുളിൽ
സ്വപ്നങ്ങളുടെ ഉറവ് തേടണം.
മുറിയിലെ അരൂപി അപ്പോഴും
നിങ്ങളെത്തേടിയെത്താം
കഴുത്തിൽ കൈമുറുകുന്നതിനു
തൊട്ടുമുൻപെങ്കിലും
ഉണരണം
ഞെട്ടി അലറണം.
അല്ലെങ്കിൽ അവ നിങ്ങളേയുംകൊണ്ട്
ആഴങ്ങളിലേക്ക് പോകും
ഇല്ലാത്ത കഥകൾ പറഞ്ഞു

ഭയപ്പെടുത്തും.
ഏകാന്തത മിഥ്യയാണെന്നും
മരണം സുന്ദരമാണെന്നും
പറഞ്ഞ ബോധ്യപ്പെടുത്തും.
പുസ്തകം വായിച്ചുരക്ഷപ്പെടാം
എന്നുവിചാരിച്ചാലും അപകടമുണ്ട്.
ശ്രദ്ധപോകരുത് ഒരിക്കലും.
വാക്കുകൾക്കിടയിൽ നോട്ടം തെറ്റി
അറിയാതെ
മുറിയെ നോക്കിയാൽ
പറക്കുന്ന കുതിരകളെയും
പാടുന്ന പൂമ്പാറ്റകളെയും
ഓടുന്ന അപ്പൂപ്പൻതാടിയേയും
ചുറ്റും നിറച്ച്
മുറി നിങ്ങളെ അത്ഭുതപ്പെടുത്തും.

ഇവയെ നോക്കി കണ്ണിമയ്ക്കുമ്പോഴേക്കും
വീണ്ടും ഒരു ഇരുണ്ടമുറി
അതിലെ അരഭ്രാന്ത് നിങ്ങളും
മുഴുഭ്രാന്ത് മുറിയും.
എല്ലാം മുറിയുടെ അടവാണ്
നിങ്ങൾ ഒറ്റയ്ക്കാണ്,
നിങ്ങൾക്കിനി ആ മുറിമാത്രമേ
ഉള്ളൂവെന്നറിയിക്കാൻ.

ഏകാന്തതയിലെ ഒറ്റമുറി
വല്ലാത്ത ഒരു ഭീകരതയാണ്.
മറ്റുള്ളോർക്കുമുന്നിൽ
ഒറ്റയ്ക്ക് നിൽക്കുന്ന പാവമായും
ഒറ്റയ്ക്ക് കിട്ടിയാൽ
നിങ്ങളെ അപ്പാടെ വിഴുങ്ങുന്ന ഭൂതമായും.

ഹോസ്റ്റൽ മുറിയിൽ
ഒറ്റയ്ക്ക് ജീവിക്കുന്നവരെ
നിങ്ങളധികം വെളിയിൽ കണ്ടിട്ടുണ്ടോ?
തടവിലാക്കിയതാണ്.

പുറത്തുവരാനാവാത്ത വിധം,
ഒന്നും പറയാനാവാത്ത വിധം
ഒന്നും മനസ്സിലാക്കാനാവാത്ത വിധം
കുടുങ്ങിപ്പോകുന്ന തടവ്.
മുറി വിളിയ്ക്കുന്നുണ്ട്
എഴുതിമുഴുമിപ്പിക്കാതെ ഞാൻ
പോവുകയാണ്.
മുറിയ്ക്ക്
എന്തോ പറയുവാനുണ്ടത്രേ🙂
✪

എഴുതിത്തീരാത്ത പുസ്തകം
വായിച്ചു മടുക്കാത്ത പുസ്തകം

ഒരു പുസ്തകമാവണമെനിക്ക്
നീയെന്നുമെഴുതുന്ന
എന്നും വായിക്കുന്ന
പുതുമ തീരാത്ത പുസ്തകം.
എഴുതിയതിൽ മടുപ്പ് തോന്നി
മായ്ക്കാൻ വെള്ളപ്പേനയുമായ്
വരുമ്പോൾ
ഓടണം
അക്ഷരക്കുട്ടന്മാരെയുമെടുത്തു കൊണ്ട്.
എഴുതിയതിലൊന്നും ഒരു തെറ്റുമില്ല
തിരുത്തലുമില്ല
ഉള്ളത് കൂട്ടിച്ചേർക്കലുകൾ
മാത്രമാകണം.
ഏടുകൾക്ക് ഇന്ന് വായിക്കുമ്പോൾ
ഒരർത്ഥം
നാളെ മറ്റൊന്ന്,
പിന്നീട് വേറൊന്ന്.
ഓരോ വാക്കിനും
ഓരോ അർത്ഥം.
കൂട്ടിച്ചേർക്കുമ്പോൾ

മറ്റൊരർത്ഥം.
മുഴുവൻ വായിക്കുമ്പോൾ
വേറൊരർത്ഥം.

ഇനിയെങ്കിലും ഒരു പുസ്തകമാകണം
സംസാരിക്കാതെ സംസാരിക്കുന്ന
ശബ്ദമില്ലാതെ കലഹിക്കുന്ന
സ്നേഹിക്കുന്ന, ശപിക്കുന്ന
ഭയപ്പെടുത്തുന്ന, വിഷമിപ്പിക്കുന്ന
പുസ്തകം
എഴുതിത്തീരാത്ത പുസ്തകം,
വായിച്ചു മടുക്കാത്ത പുസ്തകം.
✪

എഴുതപ്പെടാതെപോയ കടലാസുതുണ്ട്

ഒന്നും എഴുതപ്പെടാതെ പോയ
ഒരു കലാസുതുണ്ടുണ്ടായിരുന്നു.
എഴുതിതീരാത്ത കവിതയും
വായിച്ചാലുംമറക്കാത്ത കഥയും
അകലങ്ങളറിയാത്ത അടുപ്പവും അതിൽ
എഴുതിസൂക്ഷിക്കണമെന്ന്
അതെന്നും ആഗ്രഹിച്ചിരുന്നു.
വേനലറിയിക്കാത്ത പച്ചപ്പ്
ഒഴുക്കുമടുക്കാത്ത നീർച്ചാല്
നിറമെണ്ണിയൊടുങ്ങാത്ത മഴവില്ല്
അതെല്ലാം ആ തുണ്ടിൽ
വരഞ്ഞുതീർക്കണമെന്നും
കൊതിയോടെ മോഹിച്ചിരുന്നു.
ഒരു മടുപ്പ്, ഒരു ചുളിപ്പ്
പഴകിയൊരു മുഷിപ്പ്
വലിച്ചെറിയപ്പെട്ട തളത്തിൽ
ഉപേക്ഷിക്കപ്പെട്ട നൂറു നൂറു
പാഴ്ക്കടലാസുകൾക്കൊപ്പം
എന്നാൽ ഒറ്റയ്ക്ക്
അതിന്നും കാരണങ്ങൾ പരതുന്നുണ്ടായിരുന്നു.

✪

സൂചിക

നിന്നിലേക്ക്, നിന്നിലേക്ക്
കൂടുതൽ കൂടുതൽ നിന്നിലേക്ക്
നോട്ടമിട്ടിരിക്കുന്ന ഒരു
കുള്ളൻ സൂചിയായ്
എനിക്കെന്നെ തോന്നാറുണ്ട്.
എവിടെയോ തറപ്പിച്ചുവച്ച
മുള്ളൻ വേദനയിൽ നിന്ന്
നിന്റെ വേഗതയിലേക്ക്
പതിഞ്ഞടിവച്ചുനീങ്ങുന്ന
മണ്ടൻ സൂചി.
നീ പത്തടി വയ്ക്കുമ്പോൾ
ഞാനൊന്നനങ്ങും
നീ അറുപതടി
ഞാനൊന്ന്.
ഏറെ ഏറെ പിന്നിലായ്
നിന്നെ മാത്രം നോക്കിക്കൊണ്ട്
ഒരു മന്ദൻ സൂചി.
സമയമില്ലായ്മകളുടെയും
തിരക്കുകളുടെയും ലോകത്ത്
സമയം തേടി
ഞരങ്ങി നീങ്ങി
വലിഞ്ഞ് തേഞ്ഞ് വരുന്ന

കുഞ്ഞൻ സൂചിയെ
ഗണിയ്ക്കാതിരിക്കാം
മതിയ്ക്കാതിരിക്കാം
എന്നാൽ ഞണ്ടടിവച്ച്
നീളൻ കാലടികൾതേടി
അതിന്നും പിന്നാലെയുണ്ട്.
നിന്റെ സമയം തേടി
നിന്നിലേക്ക് നിന്നിലേക്ക്
കൂടുതൽ നിന്നിലേക്ക്.
✪

പരാതി

കാണാതെ പോയ പേന
മുനയൊടിഞ്ഞുപോയ പെൻസിൽ
പുതുമണം പോയ പുസ്തകം
ഉച്ചയൂണിൽ കറയായ ഉടുപ്പ്
പരന്ന് പടർന്ന കണ്മഷി
ഉള്ളിലിന്നും ഒരു കുഞ്ഞുടുപ്പുകാരിയിരുന്ന്
അമ്മയോട് പരാതി പറയുന്നുണ്ട്
✪

തിരിച്ചുവരവില്ലാത്ത അകലങ്ങൾ

കുഞ്ഞുമയിൽപ്പീലിക്കായ്
മാനംകാണിക്കാതെ
കാത്തുസൂക്ഷിച്ച
കടം തന്ന മയിൽപ്പീലി,
സ്നേഹവും സ്വപ്നങ്ങളും
ആവോളം ചേർത്ത്
ഒന്നൊന്നായ് കോരിയെടുത്ത
മഞ്ചാടിത്തുള്ളികൾ,
കുന്നുക്കുരുമണികൾ,
മോഹങ്ങളെഴുതി
തേഞ്ഞുതീരാറായിട്ടും
കൈവിടാതെ കൂട്ടിൽക്കൂട്ടിയ
ചെറുപെൻസിൽ കഷണങ്ങൾ
പകരാൻ നിറം സൂക്ഷിച്ച
മെഴുകു പെൻസിലുകൾ,
ഞാനായിരുന്ന
കുറേ ഞാനുകളെ
ഒന്നിനുമല്ലാതെ
ഞാനുപേക്ഷിച്ചിരിക്കുന്നു.
ആ ചിരിത്തുണ്ട്, കളിക്കോപ്പ്,

നമ്മളിടങ്ങൾ, നിറങ്ങൾ
എന്നിലില്ലാത്ത എന്നെ
അന്വേഷിച്ച്
തിരിച്ച് ചോദിക്കരുത്.
ഉപേക്ഷിച്ചതാണ് ഇഷ്ടമില്ലെങ്കിലും
അകലങ്ങളിലാണ്
തിരിച്ചുവരവില്ലാത്ത
ദൂരങ്ങളിൽ.
✪

ഇല്ലാക്കഥ, പൊല്ലാക്കഥ

ഒരു കഥയുണ്ടായിരുന്നു
ഒരു കഥയുമില്ലാത്ത കഥ.
ആഴവും പരപ്പും
നീളവും ഒതുക്കവും
ഇല്ലാതിരുന്ന കഥ.
അതൊരിക്കലും നടന്നിട്ടില്ലാത്ത കഥയാണ്
ഇനിയൊരിക്കലും നടക്കാനിടയില്ലാത്ത കഥയാണ്.
ഇല്ലാക്കഥയാണ്, പൊല്ലാക്കഥയാണ്.

നടക്കാത്ത കഥകളെക്കുറിച്ചോർത്ത്
കഥകഴിക്കുന്നതിൽ
ഒരു കഥയുമില്ലെന്നറിഞ്ഞ്,
പറയാതിരുന്ന കഥ,
എഴുതാതിരുന്ന കഥ,
എന്നിലും നിന്നിലും നമ്മിലും
നിറഞ്ഞു നിന്നൊഴുകാൻ വെമ്പി
ഒഴുകാതിരുന്ന കഥ.
ആരിലുമവശേഷിക്കാതെ
ആരുടെയുമാവാതെ
പിറക്കാതെ പൊറുക്കാതെ
മരവിച്ചുമരിച്ച കഥ
കടങ്കഥ.

✪

ബാക്കി

ഒരു പുഴ ഒഴുകുന്നുണ്ടായിരുന്നു.
വിരൽവേരുകൾക്കരികിലൂടെ
പലവേനലും താണ്ടി നിന്റെ -
വേരുകളെ നനയ്ക്കാൻ വേണ്ടി മാത്രം
തണ്ണീർ കാത്ത പുഴ.

നിന്നിലലിയാൻവേണ്ടി മാത്രം
പെയ്ത മഴയുണ്ടായിരുന്നു.
കടലുകളിൽ നിന്ന് കോരിയെടുത്ത്
കാറ്റുകളെ കബളിപ്പിച്ച്
കടത്തിക്കൊണ്ടുവന്ന
ചാറ്റൽ മഴ.

ഒരു മരം നിൽക്കുന്നുണ്ടായിരുന്നു
വേവുന്നവേനലിൽ നിനക്ക്
തണൽ വിരിയ്ക്കാൻ
പലകൊട്ടുംച്ചൂടിനെ
ശിരസ്സിൽ അണിഞ്ഞ മരം.

ഒരു കവിയുണ്ടായിരുന്നു
പ്രണയകവിതകൾ
നിനക്കായ്
നിർത്താതെയെഴുതിയിരുന്ന കവി.

കടലാസുകൾ കത്തിയെന്നും
കവിത എരിഞ്ഞെന്നും
നിശ്വാസംമുട്ടി മരിച്ചെന്നും
പുഴയ്ക്കും മഴയ്ക്കും മരത്തിനും
പിന്നീടെന്തുപറ്റിയെന്നറിയില്ലെന്നും
ഇന്നലെ വൈകീട്ടത്തെ
വൈകിക്കിട്ടിയ കമ്പി.
✪

ഞാമരം

ഒരിക്കൽ ആരോടും പറയാതെ
ഒരു മരമായി മാറണം...
എല്ലാം കണ്ടുകൊണ്ടു
എന്നാൽ
ഒട്ടുംമിണ്ടാതെ നിൽക്കുന്ന മരം
ഒന്നും പൂക്കാനും കായ്ക്കാനും
നിൽക്കില്ല
തന്നിൽതന്നെ നിറഞ്ഞു
അതിനുമുള്ളിൽ അലിഞ്ഞുധ്യാനിച്ച്
പിതൃക്കളുടെ ഓർമ്മകളിൽ
വേരുകൾ ആഴ്ത്തി
ആഴങ്ങളിൽ പടർന്നുപന്തലിക്കുന്ന
മഹാക്കള്ളൻ മരം.
കാട്ടുമരമാണോ, കാശുമരമാണോ എന്ന്
മഴക്കൾ ശബ്ദിക്കുമ്പോൾ
പെട്ടന്നൊരു പൂക്കലാണ്.

ഓരോ കൊമ്പിലും ഓരോ നിറം പൂക്കൾ,
കൊഴിഞ്ഞു താഴെ വീഴുമ്പോൾ
മറ്റൊരു നിറം,
പറിച്ചാൽ നിറം, കരിനിറം.
അത് കാണുമ്പോഴുള്ള

ലോകത്തിന്റെ അമ്പരപ്പ് കണ്ട്
ചിരിക്കണം.
ഇലകളെല്ലാം കുലുക്കി
കുലുങ്ങി കുലുങ്ങി ചിരിക്കണം.
പിന്നീട് പൂക്കൾ കായ്ക്കുമ്പോൾ
മറ്റൊരാളും തൊടാത്ത അപ്പൂപ്പൻ താടിയായി
അവയെ ദൂരെ ദൂരെ പാറിക്കണം.
പിന്നെ കാടുകളായി.
ഞാൻ പൂക്കുന്ന
ഞാൻ കായ്ക്കുന്ന
ഞാനാകുന്ന കാടുകൾ.
ഓരോ കാറ്റിലും കായ്ക്കുന്ന,
പൊട്ടിപ്പടരുന്ന ഞാനുകൾ
ഒന്നും മിണ്ടാത്ത ഞാനുകൾ
പൊട്ടിച്ചിരിക്കുന്ന ഞാനുകൾ
ഞാൻ ഒരു മരമാവുകയാണ്
എന്റെ മാത്രം മരം
ഞാമരം.

കാലഭേദം

കളഞ്ഞുപോയ കളിപ്പാട്ടം തേടുന്ന
അഞ്ച് വയസ്സുകാരിയെ ഇന്നും
മനസ്സിൽ മറന്നുകിട്ടാറുണ്ട്.
അമ്മയെ കാണുമ്പോഴും
പൂനിലാചന്ദ്രനെ കാണുമ്പോഴും
കണ്ണീരോടെ കിണുങ്ങിയോർക്കുന്നത്
പാവയെക്കുറിച്ചായിരിക്കും.
മുത്തശ്ശൻ നൂറ് കഥകൾ പറയും
കഥയിൽ മയങ്ങി
കഥയ്ക്കുള്ളിൽ മറ്റൊരു കഥയായ്
തിരിച്ചെത്തുമ്പോളോർക്കും
"എന്റെ പാവ".

കളിച്ചുവന്ന വഴിയിലോ കട്ടിലിനടിയിലോ
മറന്നുവച്ചതായിരിക്കും
അടുക്കളയിൽ മധുരം പരത്തുന്നതിനിടെ
പകരം വച്ചതായിരിക്കും
ഊഞ്ഞാലാടാനുള്ള മോഹത്തിൽ
വേരിനുള്ളിൽ സൂക്ഷിക്കാൻ കൊടുത്തതായിരിക്കും.

കളഞ്ഞുപോവാൻ നൂറ് നൂറ്
കാരണങ്ങൾ ഓർക്കും

മറന്നുവച്ച ഇടം മാത്രം
ഓർക്കുകയേയില്ല.
അടുപ്പം കൊണ്ട് പഴക്കമായെന്നോ
[illegible]
എന്റേതായിരുന്നില്ല എന്നതോ
പാവദുഃഖം മാറ്റില്ല.
പാവം തനിച്ചിരുന്ന് തന്നെ കാണാതെ
പേടിക്കുന്നുണ്ടാകും എന്നോർത്ത്
വിഷമിക്കും
മറന്നതിൽ പാവയുടെ പരാതികൾ
എണ്ണി തളർന്നിരിക്കും
പിന്നെ പാവയെ മറന്നെന്നപോലെ
തിരിച്ച് ചിരിച്ച് പഴയപോലെ കളിക്കും
എന്നാലും ഉള്ളിൽ പെട്ടന്നുതിരിച്ചുകിട്ടുന്ന
പാവയെ സ്വപ്നം കാണും.
✪

ഉൾച്ചൂട്

വനിച്ചൂടിനെ തോൽപ്പിക്കുന്ന
ഉൾച്ചൂടാണ് നിറയെ
വാക്കുകൾ മൗനത്തിന് കടം വെച്ച്
തിരിച്ചെടുക്കാനാവാതെ വിങ്ങി വിതുമ്പി നിൽക്കുന്നു
ഊണിനും ഉറക്കത്തിനും കഴിച്ച മടുത്ത
മരുന്നുകളോടെന്ന വെറുപ്പ്
ഉള്ളിൽ സ്വപ്നങ്ങൾ പുകയുന്ന ഒരു
കുഞ്ഞഗ്നിപർവ്വതം സമയം
കാത്തിരിക്കുന്നതുകൊണ്ടാകാം
ഈ ഉൾച്ചൂട് അണയാതെരിയുന്നത്.
✪

കാഴ്ച

ഒച്ചിനോളം മണ്ണിനെ പ്രണയിച്ച മറ്റൊരാളില്ല.
നനുത്ത കാലടിയാൽ പതുക്കെ തൊട്ട്,
അതിനോടൊപ്പം ഇത്തിരി അലിഞ്ഞ്.
പിന്നീടൊട്ട് നീങ്ങി,
അലിഞ്ഞ്
അങ്ങനെ അങ്ങനെ
പ്രണയിച്ചലിഞ്ഞുള്ള ആ നടപ്പിന്റെ
വേഗതയെ നിങ്ങളുടെ പണസൂചികൊണ്ടല്ല, പ്രണയ
സൂചികൊണ്ടൊന്നു നോക്കൂ,
ആ മന്ദതയും ഒരു പ്രണയമഹാകാവ്യമാണ്

സമാന്തരം

കണ്ടുമുട്ടുന്ന തീവണ്ടികൾ തമ്മിൽ മിണ്ടാറുണ്ട്,
തീരാത്ത യാത്രകളെപ്പറ്റി
പേറുന്ന ദുരിതക്കനലുകളെപ്പറ്റി
തോരാകണ്ണീർമഴയെപ്പറ്റി
പണക്കാരന്റെയും പ്രാരാബ്ധക്കാരന്റെയും
വേവലാതികൾ ഒരുമിച്ചു കേൾക്കുന്നതിന്റെ
തമാശയെപ്പറ്റി,
വേട്ടക്കാരനും ഇരയും,
മുതലാളിയും തൊഴിലാളിയും,
ഉള്ളിൽ ഒരുപാട് ദ്വന്ദങ്ങളെ
ഒരുമിച്ച് വഹിക്കുന്നതിനെപ്പറ്റി.
അങ്ങനെയങ്ങനെ ഒരു നൂറു ആവലാതികൾ,
പരിഭവങ്ങൾ,
പിടിവാശികൾ,
ഇടയിൽ പറഞ്ഞുഭാരം തീർത്തതിന്റെ
പൊട്ടിച്ചിരികൾ, മൂളിപ്പാട്ടുകൾ,
ഒടുവിൽ പറയാനെന്തോ ബാക്കി വെച്ചത്
ഓർത്തെടുക്കുമ്പോഴേക്കും
വഴികൾ പലതാക്കിക്കൊണ്ടുള്ള ഒടുങ്ങാത്ത യാത്രയ്ക്ക്
വീണ്ടും സമയമായിട്ടുണ്ടാകും.

✪

ഇടവേള

ജീവിതത്തോടും മരണത്തോടുമുള്ള
പ്രതിഷേധമാണ് ഓരോ ഉറക്കവും.
ജീവിച്ച് മടുത്തതിൽ ഉറങ്ങാൻ കിടക്കുകയും
ജനിച്ചതിനാൽ വെറുതേ അങ്ങ് മരിക്കാതിരിക്കാൻ
ഉണരുകയും ചെയ്യുന്നു.
ഉണരാൻ മടിച്ചാലോ എന്ന് ഭയന്നാണ് പലപ്പോഴും
സ്വർണ്ണനൂലിൽ കെട്ടിയ വർണ്ണപ്പട്ടം പോലെ
ചില സ്വപ്നങ്ങൾ പായിക്കുന്നത്.
മിന്നൽപ്പിണരുപോലെ കാൽക്ഷണം,
അല്ലേൽ അരക്ഷണം
അത്രയേ സ്വപ്നങ്ങൾക്കു പോലും ആയുസ്സുള്ളൂ.
ഇല്ലേൽ മരിക്കാനും ജീവിക്കാനും മടിക്കും.
ഉണർവിനും മരണത്തിനുമിടയിലെ
ആ അന്ധാളിപ്പാണ് ജീവിതം.

✪

ഉപേക്ഷ

മഴ കാത്തിരുന്ന വേഴാമ്പലും
മപുഴ കാത്ത കടലും
തണൽ തേടിയ വെയിലും
നിന്നെത്തിരഞ്ഞ ഞാനും
എത്രയോ പഴയതായ്;
വേഴാമ്പലിനെ വെട്ടിച്ചകലുന്ന മഴ
കടലായലിയാതെ വറ്റിവരളുന്ന പുഴ
നിഴലിനെപ്പോലും തളർത്തുന്ന വെയിൽ
കണ്ടാലുമറിയാത്ത നമ്മൾ.

കാലവും കടലാസുമുപേക്ഷിച്ച കവിത
നിന്റെ പ്രണയചിത്രം വരയുമ്പോൾ
അതിനെയും മായ്ക്കുന്ന
കാറ്റായി, കടലായി
ഉയിരിന്റെ മുറിവായി
ഇന്നിന്റെ നേരായി
ഞാനെന്ന മഷിക്കൂട്ട്.
ഇതെന്റെ രക്തം, ഇതെന്റെ മാംസം
എന്റെ മാത്രം കണ്ണീർ.

നിറങ്ങളുറച്ച നിന്റെ ചിത്രത്തിന്
തൂക്കിയളന്ന വിലക്കട്ടികൾ.

ഒഴുക്കിക്കളഞ്ഞ കറയകന്ന മാനം
ഒലിച്ചകന്ന സ്വപ്നം
ഇനിയും വിലയിടാനാവാഞ്ഞ
ആർക്കുമല്ലാതായ എന്റെ പുഞ്ചിരി.
പടരുന്ന കരിനിറവും,
ഇളിച്ച പകൽവെട്ടവും കണ്ട്
നിങ്ങളാശ്വസിക്കേണ്ട
നിങ്ങളറിഞ്ഞവൾ എന്നോ
അവളെയുമുപേക്ഷിച്ച്
എല്ലാം മടുത്ത്
എങ്ങോട്ടെന്നില്ലാതെ
എപ്പോഴേ പോയ്ക്കഴിഞ്ഞു.
✪

പനിയ്ക്കുമ്പോൾ കയ്ക്കുന്ന ഓർമ്മകൾ

പനിയ്ക്കുമ്പോൾ കയ്ക്കുന്നത്
ഓർമ്മകളാണ്.
അമ്മൂമ്മയുടെ തണുത്തു ചുളുങ്ങിയ
കൈകൾ
പനി കുറഞ്ഞോയെന്ന് നോക്കാത്തതിന്
ശരീരം പിണങ്ങിച്ചിണങ്ങി
പുതപ്പിനുള്ളിൽ ഒളിയ്ക്കുന്നുണ്ട്.
പിള്ളദോഷംമാറാൻ മുത്തശ്ശൻ -
നേരുന്ന നാവൂറിനായ്
ഉള്ളിലെവിടെയോ ഒരു പുള്ളുവക്കുടം
കരഞ്ഞുമുഴങ്ങുന്നുണ്ട്.
അടുക്കളയിലും പണിയിടത്തും
പിടഞ്ഞോടുന്നതിനിടയിലും
കരുതലോടെ നോക്കുന്ന
അമ്മക്കണ്ണിനെ കാണാതെ
കണ്ണുകൾ കാഴ്ചയ്ക്ക്
വിസമ്മതിക്കുന്നുണ്ട്.
എന്തു ചെയ്താലും
ഏഴുദിവസം കഴിഞ്ഞേ പോകുവെന്ന്
ശഠിക്കുന്ന കള്ളപ്പനിയോട്
ഒരാഴ്ചയ്ക്കുള്ള കനിവ്

ഇരന്നുവാങ്ങിയ മരുന്നുകൾ
ഓർമ്മകളുടെ കയ്പ്പിലും
തളരാതെ കയ്പ്പിക്കുന്നുണ്ട്.
വീട്ടുവിട്ടുപോന്ന വായാടിക്കോതകൾക്ക്
തളർന്ന്, മലർന്ന്
ബോധംകെട്ടുറങ്ങാനുള്ള
തറവാടാണ് എന്നും പനി
✪

കർക്കിടകത്തിന് ഒരു പ്രേമലേഖനം

ചിങ്ങത്തിൽ പൂത്തുലഞ്ഞ ഭൂമിക്ക്
ഉള്ളിലൊതുക്കിയ
പറഞ്ഞാൽ തീരാത്ത
പ്രണയമായിരുന്നു
കർക്കിടകത്തിനോട്.
പൊള്ളിഉരുക്കിയ വേനൽച്ചൂടിനോട്
പരിഭവിക്കാൻ പോലും
ഇടംനൽകാത്ത കർക്കിടകം.
പിന്നിൽ നിന്നും പതുങ്ങി വന്ന്
തൊട്ടു വിളിച്ച്
തിരിഞ്ഞു നോക്കുമ്പോഴേക്കും
വെട്ടിച്ച്, കൊതിപ്പിച്ച് കടന്നുകളയുന്ന
വേനൽമഴയല്ല കർക്കടകം,
നിറഞ്ഞുനിന്ന സ്നേഹമായിരുന്നു.
പഞ്ഞകർക്കിടകം എന്നും
കള്ളക്കർക്കിടകം എന്നും
മാളികയുടെ ഏഴാം നിലയിലിരുന്ന്
നിങ്ങൾ പരിഹസിച്ച് ചിരിച്ചോളൂ.
പഞ്ഞമില്ലാതെ വന്ന
കാർവർണ്ണനെ കാണാൻ
നിങ്ങളുടെ കണ്ണുകൾക്ക്

വലുപ്പം പോരാത്തതിനാലാണത്.
പൊന്നിൻ ചിങ്ങത്തിലെ
പൂക്കളും നിറങ്ങളും മാത്രം കാണുന്ന
നിങ്ങൾക്ക്
വേനൽച്ചൂടിൽ ദാഹത്തിൽ
നിറവിന്റെ നിറവായ് വന്ന
കറുപ്പിന്റെ വർണ്ണത്തികവ്
കാണാനാവില്ല.
അതും പറഞ്ഞ് പിണങ്ങാനും
അവൾക്ക് നേരമില്ല
മുക്കുറ്റിയായ്, തിരുതാളിയായ്
ചെറൂളയായ്, നിലപ്പനയായ്
അവന് പ്രേമലേഖനമെഴുതുന്ന
തിരക്കിലാണിപ്പോൾ
കർക്കിടകത്തിന് ഒരു പ്രേമലേഖനം.
✪

തിരക്കിൽ കാണാതാവുന്ന പെൺകുട്ടികൾ

പൊട്ടിച്ചിരി വിതറി, മൂളിപ്പാട്ടുകൾ പാടി
ചിതറി നടന്നിരുന്ന പെൺകുട്ടികളെ
ഏതൊക്കെയോ തിരക്കിൽ കാണാതാവുന്നുണ്ട്.
ആളും ഒഴുക്കും നീങ്ങുമ്പോൾ
അടിയിലേക്ക് അടിയിലേക്ക്
വീണ്ടാർന്നു പോകുന്ന അവരുടെ
നിലവിളികളും കേൾക്കാതാവുന്നുണ്ട്.
അതെ അവർ ചിരിയും കരച്ചിലു;
മെല്ലാം ഉപേക്ഷിച്ച്
മറന്നുവെച്ചെന്തിനേയോ അന്വേഷിച്ച്
പതറി പകച്ച് നടക്കുകയാണ്.
നിറം മങ്ങിയ കൂട്ടുകാരിപ്പാവ,
ഉടഞ്ഞ കുപ്പിവളച്ചില്ലുകൾ
സ്ലേറ്റു പെൻസിലിന്റെ വെള്ളത്തുണ്ടുകൾ
ആകാശം കാണാതെ സൂക്ഷിച്ച
അരയാലില
കുഞ്ഞിമയിൽപ്പീലിക്കായ് പാത്തുവെച്ച
വർണ്ണപ്പീലികൾ
എല്ലാം, എല്ലാം
കള്ളം പറഞ്ഞതായ് അവർ പരിഭവിക്കുന്നുണ്ട്
ഈ തിരക്കിൽ വഴിയന്വേഷിച്ച്

വീടെവിടേയെന്ന് ഭയന്ന്
ആരുമില്ലാതൊറ്റയ്ക്കിരിക്കുന്ന
ആ പെൺകുട്ടികളെ
നിങ്ങളും കണ്ടിട്ടുണ്ടാകും
വഴിതടഞ്ഞതിന് കയർത്ത്
ഇന്നലെ നിങ്ങളാട്ടി വിട്ടവൾ
അതിലൊരാളായിരുന്നു.
ആരുടെയൊക്കെയോ ഓമനയായിരുന്നെന്ന്
സ്വയം വിശ്വസിച്ച്
പിന്നീടെതൊക്കെയോ തിരക്കിൽ
ആരുമില്ലാതെ ഒറ്റയായവൾ.
✪

സീതായനം

അധികാരത്തിനും
ചെങ്കോലിനും വേണ്ടി
അഗ്നിവിശുദ്ധി
ആവശ്യപ്പെട്ട
ക്ഷത്രിയരാമന്മാർ
പുനർജനിക്കുന്നു.
രാഷ്ട്രതന്ത്രങ്ങൾക്ക്
മജ്ജയും, മാംസവും
രക്തവും, ജീവശ്വാസവും
പകർന്ന
വേദാന്തക്കെട്ടുകൾ
അട്ടഹസിക്കുന്നു.
ശ്രീജിതനായ
കരിനീലരാവണനോ
കൈപിടിച്ചുയിരാകുവാൻ
ജനനി(അമ്മ)യോ ഇല്ലാതെ
ഇന്നിന്റെ
വൈദേഹികൾ
അഹസ്സിന്റെ
വഴികൾ തേടുന്നു.
കണ്ണീരിനാൽ
വെട്ടിയ

ചാലുകളല്ല,
നിശ്ശബ്ദജല്പനമല്ല
കൊടിയമൗനം തീർത്ത
ധാർഷ്ട്യങ്ങൾക്ക്
പ്രതിഷേധത്തിന്റെ
മറുപടി.
പുഞ്ചിരിച്ചുള്ള
ഉയിർത്തെഴുന്നേൽപ്പ്.
✪

വൈകിയോടുന്ന വണ്ടികൾ

ഇന്നിലേക്ക് എന്നും വൈകിയോടുന്ന
കുറേ വണ്ടികളുണ്ട്.
യാത്രയിൽ പലപ്പോഴും
പകച്ചു നിൽക്കുകയും
പിന്നെ കൂവിയാർത്ത്
ഓടുകയും ചെയ്യുന്ന
വണ്ടികൾ.
ഇത്തിരി കുതിച്ച്
ഒത്തിരി കിതച്ച്
അവ പാളത്തിൽ
തളർന്നിരിക്കുന്നത് കാണാം.
ചിലപ്പോൾ താളത്തിൽ
ഈണത്തിൽ
നീങ്ങുന്നതു കാണാം
എന്നാലും
ഉള്ളിലെപ്പോഴും കനലായിരിക്കും.
സ്റ്റേഷനെത്താൻ ഒരടി -
മുന്നോട്ടു കുതിക്കുമ്പോൾ
പിന്നോട്ട് രണ്ടടി വലിയ്ക്കുന്നത്
അവ തേങ്ങലോടെ
അറിയാറുണ്ട്.
എന്നാലും

എത്ര വൈകിയാലും എത്താതിരിക്കില്ല
എന്ന കാത്തിരിപ്പിനെ രക്ഷിക്കാൻ
ഓടിയെത്താറുണ്ട് എന്നും;
വൈകിയാണെങ്കിലും.
✪

വാശി

വീഴുമെന്നറിഞ്ഞു കൊണ്ടു തന്നെയാണ്
നടക്കാൻ തുനിഞ്ഞത്
വേണ്ട, വീഴും, വീഴും
എന്ന വിലക്ക് നിരന്തരം കേട്ടതിനാൽ തന്നെയാണത്
ഓരോ മുറിപ്പാടിലും വീണ്ടും നടക്കാനുള്ള
ഉശിര് കൂടിക്കൂടി വന്നു
നടന്നില്ല, ഓട്ടമായിരുന്നു
വാശിപിടിച്ചുള്ള ഓട്ടം
വിലക്ക് തീർന്നപ്പോൾ മാത്രമാണ് ഒന്നടങ്ങി
നടക്കാനും, ഇടയ്ക്കൊന്നു ഇരിയ്ക്കാനും
മനസ്സുണ്ടായത്
പഠിച്ചിട്ടെന്തു കാര്യം
പഠിപ്പിച്ചിട്ടെന്തു കാര്യം
എന്ന പരിഹാസവും, ചട്ടങ്ങളുമില്ലായിരുന്നെങ്കിൽ
നിർത്തുമായിരുന്നു പഠിത്തവും
സ്കൂളിലേതന്നെ.
എന്റെ വസ്ത്രങ്ങൾക്കും, ശരീരത്തിനും
സ്വപ്നങ്ങൾക്കും ദൂരങ്ങൾക്കും
നിങ്ങൾ പരിധി നിർണ്ണയിച്ചതു മുതലാണ്
പരിധികൾ തകർക്കാൻ
അവയ്ക്കും മോഹമുണ്ടായത്.
നിയമങ്ങളോടും മറുപടി അങ്ങനെതന്നെ.

കഥയമമ കഥയമമ...

ഈ ലോകത്തിലെ ഏറ്റവും വലിയ കഥപറച്ചിലുകാരി
അപ്പൂപ്പൻ താടിയെന്നാണ് ധരിച്ചിരുന്നത്.
നാട്ടും നഗരവും കാട്ടും വീട്ടുമെല്ലാം
പാറിപ്പറന്നെത്തുന്നത്
കഥകളുടെ ഭാരം കുറച്ചുകൊണ്ടല്ലേ
തലമുറകളുടെ കഥ നെഞ്ചിലേറ്റി
ഇത്തിരി പറഞ്ഞ് പക്ഷേ മുഴുമിപ്പിക്കാതെ ആർക്കും
പിടികൊടുക്കാതെ
എന്നാൽ കാട്ടിക്കൊതിപ്പിച്ച്
ഇങ്ങനേ പാറിപ്പറന്ന്
അടുത്ത കഥാന്വേഷിയെ തിരഞ്ഞ്
അത് പോകുന്നു.

പിന്നെ മനസ്സിലായി
അഴകും ആഴവുമുള്ള കഥകൾ ഒളിപ്പിച്ചിരിക്കുന്ന കള്ളി
കടലാണ്.
ആ കഥകളോരോന്നോർത്താണ്
ചിലപ്പോൾ പൊട്ടിച്ചിരിച്ചും നാണംകുണുങ്ങിയും
ആർത്തുകരഞ്ഞുമെല്ലാം
കരയോടു ചേരുന്നത്.

കാതോർത്തു നോക്കൂ, കേൾക്കാനാവുന്നില്ലേ
എഴുതിവെയ്ക്കാനാവാത്ത മാനവചരിത്രത്തിന്റെ
ഭാരവുമായി വലിഞ്ഞെത്തുന്ന
ഗീഷ്ലർ ഗീവണ്ടിയെ.

കഥയും കഥപറച്ചിലുകാരും കണ്ടുമുട്ടുന്ന
ആ ഒരു പിരിയാത്ത മുക്കിലാണ്
കവിത മുളയ്ക്കുന്നത്.

കരുതൽ

മണ്ണിന്റെ തീരാത്ത ദാഹത്തിന്
വിണ്ണിന്റെ തോരാത്ത മഴ.
മണ്ണിന്റെ ദീർഘനിശ്വാസം
മന്നിലാകെ നിറഞ്ഞു.
അതറിഞ്ഞതിന്റെ കുളിരാണത്രേ
മരമഴയായ് പൊഴിയുന്നത്.
മഴയെ തന്നെ ധ്യാനിച്ചുകൊണ്ടുള്ള
മണ്ണിന്റെ അതിഗൂഢപ്രണയം.
ചുറ്റുമെത്രയോ കെട്ടിടഭീമന്മാർ വന്നാലും ഗൗനിക്കാതു
ള്ള തീവ്രപ്രണയം
ഇടയ്ക്കു വന്നു പൊഴിഞ്ഞു പിരിഞ്ഞുപോയാലും
ആ ഓർമ്മകളെ മാത്രം താലോലിച്ച്
വേരിലൂടെ, ഞരമ്പിലൂടെ,
ഇലയായ്, പൂവായ്, മണമായ്, തടിയായ്
പടർത്തി
ഒടുക്കം വീണ്ടും മണ്ണിലേക്ക്.
ഇന്നലത്തെ രാത്രിമഴയ്ക്ക്
നക്ഷത്രങ്ങൾ കണ്ണുചിമ്മിയതും,
ചന്ദ്രൻ എങ്ങോ ദൂരെപോയുറങ്ങിയതും
മണ്ണിനെ അറിഞ്ഞതുകൊണ്ടാണ്
✪

ദൂരേയ്ക്ക് പെയ്യുന്ന മഴ

വേനലും ചൂടും കടുത്ത്
മഴയെ സ്വപ്നം കാണാനും
തുടങ്ങിയിരിക്കുന്നു.
കനത്ത മഴ.
എന്നെ ഒളിപ്പിയ്ക്കുന്ന,
എല്ലാം മറയ്ക്കുന്ന മഴ.
മഴയിൽ ഞാനെന്ന രഹസ്യവും ഇല്ലാതാവുമ്പോൾ
പിന്നെയൊരോട്ടമാണ്
എന്തോ മറന്നുവെച്ചെന്ന പോലെ
തറവാട്ടിലേക്ക്.
എന്റേതു മാത്രമായ
എന്നെ ജീവിപ്പിക്കുന്ന ദൂരം.
ശേഷം ഉറക്കെ പാടണം
മഴ അപ്പോളതിലുമുറക്കെ.
ഒന്നുകൂടി ഉച്ചത്തിൽ, നീട്ടി.
മഴ അപ്പോളതിലുമതിലുമുറക്കെ.
വേവലാതിത്തുണ്ടുകളെയെല്ലാം
മഴ അപ്പോഴേക്കും
ദൂരേയ്ക്ക് പായിച്ചിട്ടുണ്ടാവും.
ചുറ്റും മഴവെള്ളം, മണ്ണിന്റെ മണം.
അതിൽ നിന്നും വേർതിരിച്ചറിയാനാവാതെ ഞാൻ.
ലോകം ആ നേരം കൊണ്ട് എന്നെ മറന്നിട്ടുണ്ടാവും

തലയ്ക്കുള്ളിലെ ഭ്രാന്തൻ ലോകത്തെ ഞാനും.
മഴ അങ്ങനെ പെയ്യുകയാണ്
മദിപ്പിച്ചു കൊണ്ട്, ലയിപ്പിച്ചു കൊണ്ട്.
ഓർമ്മകളുടെ ദൂരങ്ങളിലേക്ക്,
അകലേക്ക് പെയ്യുന്ന മഴ.
✪

മറയാത്ത
മഴവിൽകഷ്ണങ്ങൾ

കളിചിരികൾക്കിടയിൽ എവിടെയോ
മറന്നുവെച്ച് നഷ്ടപ്പെട്ട ബാല്യത്തിന്റെ
ഉയിർപ്പുണ്ട്
മുപ്പത്തിരണ്ട് ഇഞ്ചിൻ പെട്ടിയിലെ
ഗ്ലിസറിൻ കരച്ചിലുകൾക്ക്
മനസ്സിന് മൂപ്പെത്തും മുമ്പേ
കരിയിച്ച തീർത്ത സ്വപ്നങ്ങളുടെ
നിലവിളികളുണ്ട്
നിറങ്ങൾ കാണുമ്പോഴെല്ലാം
മോഹിപ്പിച്ച് മറഞ്ഞു പോയ മഴവില്ലിന്റെ
മറയാത്ത കഷ്ണശകലങ്ങളുണ്ട്.

സംഖ്യകളെ ഭയന്ന പെൺകുട്ടി

കാക്കത്തൊള്ളായിരം ഓമനപ്പേർ ചൊല്ലി
വിളിക്കാറുള്ള
മുത്തശ്ശന്റെയും മുത്തശ്ശിയുടെയും ലോകത്തുനിന്നും
പേരേ ഇല്ലാത്ത റോൾനമ്പറുകളുടെ ലോകത്തേക്ക്
പറിച്ചുനട്ടതു മുതൽക്കാണ്
അവൾ സംഖ്യകളെ ഭയക്കാൻ തുടങ്ങിയത്.
എണ്ണൽസംഖ്യ പഠിക്കാത്തതിനു കൊണ്ട
എണ്ണമില്ലാത്ത അടികളും
പിണക്കകണക്കായി.
വലിയ സംഖ്യകളിലേക്ക്
മാർക്കും വരുമാനവും വളരാത്തതിൽ
ജീവിതത്തിലും തെറ്റി കണക്കുത്തരങ്ങൾ
പേരിനു പകരം കണക്ക്,
ജനിച്ചതിനു കണക്ക്,
ജീവിച്ചതിനു കണക്ക്
പഠിച്ചതിനു കണക്ക്,
പഠിപ്പുകൂലിക്കണക്ക്
ശമ്പള കണക്ക്,
കിമ്പള കണക്ക്
മിണ്ടാൻ സംഖ്യകണക്ക്,

മിണ്ടിയതിനു കണക്ക്
സ്നേഹിച്ചതിനു കണക്ക്,
അതിനുള്ള കൂലിക്കണക്ക്.
പണ്ടേ കണക്കിനെ പേടിച്ചകുട്ടിയുടെ
ജീവിതക്കണക്കും തെറ്റിയപ്പോൾ
ശരിയാക്കാൻ അടച്ചിട്ട മുറിക്കും
സംഖ്യാതലക്കെട്ടിൻ പ്രാന്തൻ കണക്ക്.
✪

പ്രതിഷേധം

മലമുകളിൽ കേറി നിന്നൊന്നുറക്കെ
കൂവണമെന്നുണ്ടെനിക്ക്.
അത് പിന്നീട് പലതായി അവിടെയെങ്ങും മുഴങ്ങണം
പെയ്യാനൊരുങ്ങിയ മഴ
ഒഴുകാൻ വെമ്പിയ പുഴ
വിരിയാനൊരുങ്ങിയ മഴവില്ല്
എഴുതാൻ വിങ്ങിയ കവിത
അതിന്റെയെല്ലാം സൗന്ദര്യമുണ്ടാവും
ആ കൂവലിന്.
ഏറെ നാൾ ഒതുക്കി വച്ച പൊട്ടിച്ചിരി,
കരച്ചിൽ, അലർച്ച
അവയെല്ലാം അടക്കിയ പച്ചച്ചിരികളുടെ ഒടുക്കത്തെ
പ്രതിഷേധമായ്
ഒരു കൂവൽ,
ഒരൊറ്റക്കൂവൽ.

✪

മരുപ്പച്ച

വിളിച്ചാൽ കേൾക്കാവുന്ന ദൂരങ്ങൾക്കുമപ്പുറം,
പറഞ്ഞാൽ മനസ്സിലാവുന്ന
അകലങ്ങൾക്കുമപ്പുറം
ചില സൗഹൃദങ്ങൾ മറഞ്ഞു കിടപ്പുണ്ട്.
ഞാനും നീയും ശക്തരായ് നമ്മളാവുന്ന ദൂരം.
പല പൊട്ടിച്ചിരികളും
സന്തോഷങ്ങളും
ആഘോഷങ്ങളും
കൊച്ചു കൊച്ചു പരിഭവങ്ങളും
പിണക്കങ്ങളും
പോയി ഒളിച്ചിരിക്കുന്നത് അവിടെയാണ്.
✪

ശകലങ്ങൾ

അരുത്

ഏറ്റവും പ്രിയമുള്ള വാക്ക് 'അരുത് ' തന്നെയാണ്.
ശ്വാസത്തെ ഒരിട മറന്നാലും കാലങ്ങളോളം ഓർത്ത്
വെച്ച് അത് തന്നെ ചെയ്തിരിക്കും. സത്യം

പൊന്നോണം

ഒരു പൂവുപോലും ബാക്കി വെക്കാതെ ഇറുത്ത
കയ്യുകളിൽ നിന്ന് പൂത്തുമ്പിയ്ക്ക് ഓണത്തെക്കുറിച്ച്ചി
ലത് അറിയണമെന്നുണ്ടായിരുന്നു

ബലി

കാക്കയ്ക്കുണ്ണുവാൻ പോലും ക്ഷമിയ്ക്കാതെ
മണലൂറ്റിയ, ഒഴുക്കുവറ്റിയ ആറ്റിൽ
പകർന്ന ഉണക്കലരിച്ചോറിന്
ഏത് കർഷകന്റെ വിയർപ്പിനോടാണ്
നീ മാപ്പ് പറഞ്ഞത്

കരുതൽ

മഴവെള്ളത്തിൽ നനഞ്ഞ്
കുതിർന്നുപോയാലോ എന്നുപേടിച്ച്
കരുതിവെച്ച വർണ്ണക്കടലാസുതോണികൾ
ഇന്നും ഏറെയുണ്ട് മനസ്സിൽ

ജീവിതം

നിറമുള്ള സ്വപ്നങ്ങളുടെ ചവറ്റുകൊട്ടയായി മാറുന്ന
ഉണർവ്

✪

അറിയിപ്പ്

ഈ കോരിച്ചൊരിയുന്ന മഴയിലും
നിന്നെ ഞാൻ വിളിച്ചത്
എന്റെ പനിനീരിലെ മുളളെല്ലാം
കൊഴിഞ്ഞു പോയി
ഇനി ഇഷ്ടം പോലെ അതിക്രമിച്ചു
കയറിക്കോളൂ എന്ന് പറയാനല്ല
മറിച്ച്,
എന്റെ തൊട്ടാവാടിയിലെ പൂവെല്ലാം
ഒലിച്ചുപോയി
ഇനി കൂർത്ത മൂർത്ത
മുള്ളുകൾ മാത്രമേയുള്ളൂ
എന്ന് അറിയിക്കാനാണ്
✪

തിരികെ

കോരിച്ചൊഴിയുന്ന മഴയോട്
കൊതി തോന്നിയിട്ടുണ്ട്,
ആകാശനീലിമയും ഇടിയും മിന്നലുമൊക്കെ
മടക്കുമ്പോൾ
പാഞ്ഞുവന്നൂക്കിൽ
തിരികെ
മണ്ണിനോടലിയാമെന്നതിന്

✪

മരമഴ

മണ്ണിൽ വീണ് ഉണങ്ങാറായ ഒരു കുഞ്ഞു വിത്തിന്
ഉണർവായ് വന്നത് മഴ.
പിന്നീട് ഓരോ മഴയിലും
അത് മോഹിച്ചു മഴയാവാൻ,
മഴയോടൊപ്പം പൊഴിയാൻ.
എത്ര മഴക്കാലം കഴിഞ്ഞാലും
തീരാത്ത ആ സ്നേഹമാണ്
മുറ്റത്തെ തണലിൽ ഇപ്പോഴും പൊഴിയുന്നത്.
✪

പറയാനുള്ളത്

നനഞ്ഞുപോയ അപ്പൂപ്പൻ താടിയ്ക്കും
ചിലതൊക്കെ പറയാനുണ്ട്.
ആകാശദൂരങ്ങളെ മോഹിച്ച് തോടിലിരുന്ന കഥ,
കാറ്റിന്റെ വേഗങ്ങളെ സ്വപ്നം കണ്ട കഥ,
മഴവില്ലിനെ നാണിപ്പിച്ച
തന്റെ വെഞ്ചാമരവെണ്മയുടെ കഥ,
കൈപ്പിടിയിലമർത്താൻ മുതിർന്ന കുസൃതിക്കുറുമ്പ
ന്മാരെ കളിപ്പിച്ച് പാറിയകന്ന മിടുക്കിന്റെ കഥ,
നനഞ്ഞ കണ്ണുകൾക്കു മുന്നിൽ നൃത്തമാടി
പുഞ്ചിരി വിരിയിച്ച കഥ,
ഈ മഴയത്തു മുളച്ച മുള്ളുള്ള തൊട്ടാവാടി
പരിഹസിച്ച് പരിതപിക്കുമ്പോൾ
ഒപ്പം ഇപ്പൊഴും മരിക്കാതെ,
ചിറകുള്ള ഒരായിരം
അപ്പൂപ്പൻ താടികൾക്ക് വിത്തുണ്ടെന്ന കഥ
✪

മുറി

ഉടമസ്ഥരോടെയാണ് ഓരോ വീടും ജനിക്കുന്നത്.
ഓരോ മുറിക്കുമുണ്ട് അവകാശികൾ.
കിടക്കാൻ, കുളിക്കാൻ,
വിരുന്നൂട്ടാൻ, പഠിക്കാൻ
ഓരോ മുറികൾക്കും പണിയും കൽപിച്ച കൊടുത്തിട്ടുണ്ട്.
വല്ലപ്പോഴും വിരുന്നിനുവരുന്ന
അതിഥികൾക്കുവരെ മുറി നിശ്ചയിക്കുമ്പോൾ
എല്ലാ മുറിയിലും മുറികെട്ടുന്ന,
മുറിവുകൾ മറന്ന് തലമുറകൾക്ക് മരുന്നാവുന്ന
അമ്മയ്ക്ക് മാത്രം മുറിയില്ല.
ചിതലുകൾ അരിച്ച്പൊടികെട്ടുന്ന
പുസ്തകങ്ങൾക്കുണ്ട് മുറി.
അടുപ്പിന്റെ ചൂടറിയാത്ര പാത്രങ്ങൾക്കുണ്ട് മുറി.
ഉയിരും ഉണർവും നൽകി,
ആവശ്യങ്ങളോ ആക്ഷേപങ്ങളോ ഇല്ലാത്ത
അമ്മയ്ക്കു മാത്രം മുറിയില്ല.
കുഞ്ഞമ്മുവിനു നൂറു നൂറു ചോദ്യങ്ങൾ
മനസ്സിൽ വന്നെങ്കിലും
പുറത്തു വരാൻ സമ്മതിക്കാതെ
അവൾ അമ്മയുടെ ചാരെ ചേർന്നിരുന്നു.

✪

പ്രകടനം

എല്ലാ വനിതകൾക്കും
നിത്യശാന്തി നേർന്നു കൊണ്ട്
ഒരു വനിതാദിനം കൂടി അതിഗംഭീരമായി ആചരിച്ചു.
ആരോ എഴുതി കൊടുത്തത്
മന:പാഠമാക്കി ഉച്ചരിച്ച്
രോമാഞ്ചമണിയിച്ച വിദുഷികളുടെ വാക്കുകൾ പോലെ
നാളെ
നമ്മൾ
എല്ലാ മേഖലയിലും
തുല്യശക്തരായ് ഉണരും.
പ്രകടനങ്ങൾ പലയിടത്തും തിളച്ചുപൊന്തി
താഴുമ്പൊഴും,
മാക്സിംഗോർക്കിയുടെ അമ്മയോ
ഉറൂബിന്റെ ചിന്നമ്മുമാരോ
ഇതൊന്നുമറിയാതെ
ഏതോ കരിപിടിച്ച അറകളിൽ നിന്ന്
വിപ്ലവത്തിന്റെ കഞ്ഞി വാർക്കുകയായിരിക്കും.
✪

ബാക്കിവെച്ചത്

തേഞ്ഞു തീരാറായ
ഓരോ തുണ്ടു കുഞ്ഞിപ്പെൻസിലും
കാത്തു സൂക്ഷിച്ചിരുന്ന കുട്ടിക്കാലം എനിക്കുണ്ടായിരുന്നു
നിറം മങ്ങിയ ചരിത്ര പുസ്തകത്തിന്റെ താളിലും
ഒരു നിറക്കുറി വരയ്ക്കാൻ മറക്കില്ലായിരുന്നു
ഒരിക്കലും കാത്തു വെച്ച കുഞ്ഞിപ്പെൻസിലുകളും
നിറം മങ്ങിയ ചായങ്ങളും
ഓർമ്മകൾ ചൊല്ലി കലഹിക്കുമ്പോൾ
ഇപ്പോഴും എഴുതാതെ സൂക്ഷിച്ച സ്വപ്നങ്ങൾ
എന്നെ നോക്കി പുഞ്ചിരിക്കുന്നുണ്ട്
✪

ഒരൊറ്റ നിലവിളിയായിരുന്നു...

ദാനമായി ലഭിച്ച ബാക്കി മാനവും
നഷ്ടപ്പെട്ട് കോടതിവരാന്തയിൽ
മറ്റൊരു പെൺകുട്ടി കൂടി തളർന്നിറങ്ങിയപ്പോൾ
കണ്ണുമൂടിക്കെട്ടിയ നിയമദേവത
ഒരൊറ്റ നിലവിളിയായിരുന്നു.
കൊടുത്തയക്കേണ്ട പ്രാരാബ്ധകണക്കിൽ
ചോരക്കുഞ്ഞിനെ ഉപേക്ഷിച്ച്
അമ്മച്ചി പടിയിറങ്ങുന്നതുകണ്ട
ആശുപത്രി രൂപക്കൂടിലെ മാതാവ്
ഒരൊറ്റ നിലവിളിയായിരുന്നു.
നീതി നിഷേധിക്കപ്പെട്ടതിൽ
സമരം ചെയ്തുമരിച്ച
അനുയായികളില്ലാത്ത
സഖാവിന്റെ ഈച്ച പാറുന്ന ശരീരംകണ്ട
വടി പിടിച്ച ഗാന്ധി
ഒരൊറ്റ നിലവിളിയായിരുന്നു.
കലികാലത്തിൽ പ്രതിഷേധത്തിന്
ഒച്ചയില്ലെന്ന് പഠിപ്പിച്ച ക്ലാസ്റൂമിൽ
ചിന്ത നഷ്ടപ്പെട്ട യുവത്വത്തിന്റെ
സമരസപ്പെടലിന്റെ പ്രത്യയശാസ്ത്രത്തിൽ
തളർന്ന തലച്ചോറിൽ
ഒരൊറ്റ നിലവിളിയായിരുന്നു

✪

കൂട്ട്

തൂങ്ങിമരിച്ചവന്റെ നിഴലിൽ
അപ്പോഴും തുണപറ്റി
ആ മുഷിഞ്ഞ തോൾസഞ്ചിയുണ്ടായിരുന്നു.
ജീവിക്കുമ്പോൾ എഴുതാനുറപ്പിച്ച്
കൂടെക്കൂട്ടിയ ഡയറിയിൽ
മഷിപോലും പുരളാതെ
താളുകൾ
പിണങ്ങിപ്പൊടിഞ്ഞ്
പരിഭവിക്കുന്നുണ്ടായിരുന്നു.
എഴുതാതെ വരണ്ടുണങ്ങിയ
മഷിയെയോർത്ത്
നിറം മങ്ങിയ ഒരു ഫൗണ്ടൻപേന
വിലപിക്കുന്നുണ്ടായിരുന്നു.
ഓട്ടവീണ് ആകാശവും ഭൂമിയും
കണ്ടമ്പരന്ന ഒരു പേഴ്സ്
പൂർവ്വകാല പ്രതാപത്തിന്റെ
ഓർമ്മകളിൽ നെടുവീർപ്പിടുന്നുണ്ടായിരുന്നു.
വിയർപ്പേറെത്തുടച്ച,
കണ്ണീരേറെക്കുടിച്ച
ഒരു തൂവാലയും
ഇനിയെന്തെന്നോർന്ന് സഞ്ചിയിലിരുന്നു
വരളുന്നുണ്ടായിരുന്നു.

ആരുമില്ലാതെ ജീവിതമൊടുക്കിയവന്റെ
മരണത്തിലും
കൂട്ടനഷ്ടപ്പെട്ട ഒരാൾക്കൂട്ടം
ഒപ്പം മരിക്കുന്നുണ്ടായിരുന്നു.
✪

പങ്ക്

തളത്തിൽ, ഇരുട്ടിൽ
ഒരലരമാരയുണ്ടായിരുന്നു.
അതിനുള്ളിൽ ഇരുട്ടിനെ
കൊഞ്ഞനം കുത്തുന്ന ഇരുട്ട്.
അതിൽ കരുതലിന്റെ
നിലാവ് തെളിയിച്ച്
മുത്തശ്ശൻ പാത്തുവെയ്ക്കുന്ന
പലഹാരങ്ങളുണ്ടായിരുന്നു.
അളന്നുമുറിച്ച് ഇന്നിനും
നാളേയ്ക്കും കരുതി
താക്കോലിന്റെ ഉറപ്പിൽ അവ പങ്കുവെയ്ക്കുമ്പോഴും
കണക്കിൽപെടാതൊന്ന്
കൈയ്യിലൊളിപ്പിച്ച്,
വാത്സല്യത്തിന്റെ മധുരം ചാലിച്ച്
ആരും കാണാതെ പകരാറുമുണ്ടായിരുന്നു.
വലുതാവുമ്പോൾ തനിക്കും
വെഞ്ചാമരത്താടി വേണമെന്നും
തന്റെ കൈപൊക്കത്തിൽ
ഒരലമാര വേണമെന്നും
അതിൽ തീരാത്ത
പലഹാരങ്ങളുണ്ടാവണമെന്നും
എന്നിട്ടും അവൾ ശാഠ്യം പിടിച്ചിരുന്നു.

നാക്കൊപ്പത്തിൽ പൊക്കമാവുമ്പോൾ
വാങ്ങിത്തരാമെന്ന് ഉറപ്പും തന്നു.
നാളെകളെ ഓർക്കാൻ മുത്തശ്ശൻ
മറന്നുപോയപ്പോഴാണ്
എണ്ണാതെ കൈയ്യിൽ പിടിപ്പിച്ച
വിഷുക്കൈനീട്ടത്തിനാൽ വാങ്ങാൻ
ഒന്നുമില്ലെന്നറിയുന്നത്.
തിരക്കുകളെല്ലാം തീർത്ത്
വർത്തമാനങ്ങളിൽ നിന്ന്
ഉറക്കത്തിലേക്ക് ഇറങ്ങിച്ചെല്ലാൻ
തുനിയുമ്പോഴാണ്
മുറുക്കിപ്പിടിച്ച കൈയ്യിൽ വിയർപ്പിലലിഞ്ഞിട്ടും
വിടാതെ
ഉച്ചയൂണിനു കിട്ടിയ മധുരത്തിന്റെ പങ്ക്
കരുതിവെച്ചിട്ടുണ്ടെന്നറിയുന്നത്.
താക്കോൽക്കൂട്ടം കൈയ്യിലെടുത്ത്
അലമാരയ്ക്കുള്ളിലെ പലഹാരങ്ങൾ
തിരയുമ്പോഴാണ് അവയ്ക്ക്
മടുപ്പിക്കുന്ന കയ്പ്പാണെന്നും
അലമാരയ്ക്കകത്തും പുറത്തും
തളത്തിലും ചുറ്റിലും
ഒരുപോലെ പല്ലിളിയ്ക്കുന്ന
ഇരുട്ടാണെന്നും തിരിച്ചറിയുന്നത്.
വെഞ്ചാമരം തലയിൽ വിടർന്നപ്പോഴാണ്
പങ്കിന് മധുരം കിനിക്കണമെങ്കിൽ
കൂടെ നിലാവ് വേണമെന്നും അറിയുന്നത്.
✪

അക്ഷരങ്ങളുടെ ആത്മഹത്യാക്കുറിപ്പ്

ഒരുപാടു ദിവസത്തെ നിശ്ശബ്ദതയ്ക്കൊടുവിലാണ്
അവളത് പ്രഖ്യാപിച്ചത്
'ഇനി ഞാനെന്നെക്കുറിച്ച് എഴുതാൻ പോകുന്നു'.
അവളുടെ കഥയിൽ
ഇക്കിളിപ്പെടുത്തുന്ന
ഏടുകളുണ്ടെന്നു കരുതിയാണ്
വാർത്തകളിൽ അത് ചൂടുള്ളതായത്.

കണ്ടാലും അറിയാതായ പഴയ ചങ്ങാതി
തേടിവന്നാണ് എഴുത്തിനെ വിലക്കിയത്.

ജീവിതമെഴുതുന്നത്
വിൽക്കുന്നതിന് തുല്യമാണത്രേ.
കണക്കുപുസ്തകത്തിൽ അവന്റെ പേരുവരുന്നത്
ഭയമാണെന്നു മാത്രം പറഞ്ഞതേയില്ല.

ഉത്തരവുകളിൽ ചുണ്ടനക്കാതെ
തീരാവേലചെയ്ത അമ്മയും വിലക്കി
മിണ്ടിപ്പോകരുത്.
എടുത്തു തഴമ്പിച്ച കഥകളും കൊണ്ട്
ചുറ്റുമുള്ളവരും തടുത്തു

എഴുത്തുപാടില്ല.
അടക്കം വേണമത്രേ.
ശബ്ദമില്ലാത്തവൾക്ക്
സ്വന്തമായി കഥയുണ്ടാവില്ലെന്നറിഞ്ഞ അവൾ
എഴുതി നിർത്തി
എഴുത്തുപാടില്ല.
✪

കൊലുസ്

മാസങ്ങളോളം കൂട്ടിവെച്ച
വിശപ്പിന്റെ അവസാനമായാണ്
കാലിലണിയാൻ കൊലുസു വാങ്ങുന്നത്.
കൊലുസുപോലുള്ള ചിരിയാണ് മകൾക്കെന്ന്
പണ്ടെന്നോ
അമ്മമ്മ പറഞ്ഞതിന്റെ ഓർമ്മയിലാണത്.
കളഞ്ഞുപോയ ചിരിയെക്കുറിച്ച് ഇനി
അവയോട് ചോദിച്ചെടുക്കണം.

✪

പോകാത്ത,
ഇനിയും പുറപ്പെടാത്ത യാത്ര

ഒരുപാടുനാളായുള്ള സ്വപ്നമാണ്
ഒരു യാത്ര പോകണം
ദൂരേയ്ക്ക്, ദൂരേയ്ക്ക്
ഒറ്റയ്ക്ക്,
അകലങ്ങളിലേയ്ക്ക്..
നീയെന്നെ മറന്നുവച്ചതുപോലെ
എനിക്കെന്നെയും മറന്നുള്ള യാത്ര.
രണ്ടടി മുന്നോട്ട് നടക്കുമ്പോൾ
മൂന്നടി പിന്നിലേക്കോടി
ഉത്തരവാദിത്തങ്ങൾക്ക്
ചെവികൊടുക്കാതിരിക്കണം.
വലിഞ്ഞ്മുറുകിയ ചുമ
പേര് വിളിച്ചൊഴുകുന്ന നീർച്ചാലുകൾ
അടക്കംപറച്ചിലുകൾ
കൊളുത്തിവലിക്കുന്ന നോട്ടങ്ങൾ
എല്ലാം അവഗണിച്ചുള്ള യാത്ര.
മലമുകളിൽ ചെന്ന്
ഉറക്കെ, ഉറക്കെ
സ്നേഹാർദ്രമായ്
എനിക്കെന്റെ പേര് വിളിക്കണം.
മുഴങ്ങികേൾക്കുമ്പോൾ

പേരിനിത്ര മധുരമുണ്ടായിരുന്നോയെന്ന്
അത്ഭുതപ്പെടണം.
തെളിഞ്ഞ പുഴനീരിൽ ആവോളം കുളിച്ച്
ചിരിച്ചുള്ളിൽ ഒതുക്കിയ
അമർഷത്തേയും വിഷമത്തേയും
കഴുകിക്കളയണം.
നനുത്താർദ്രമായ എന്നെ
വെള്ളക്കണ്ണാടിയിൽ നോക്കി
അയ്യോടാ പാവമേ എന്ന് പറഞ്ഞ്
ഉള്ളാലെ കെട്ടിപിടിക്കണം.
തീരാത്ത വഴിയാത്രയിൽ
കാറ്റിനൊപ്പം പാടി
ഉള്ളിലിത്ര ഈണമുണ്ടായിരുന്നെന്നും
ഒരു താളമുണ്ടെന്നും ഓർത്ത്
പുഞ്ചിരിക്കണം
നിർത്താതെ പാടണം.
പണികൾ വേഗമൊന്നൊതുക്കണം.
ഇനിയെങ്കിലും ഒരു യാത്രപോകണം
✪

മറവി/ഓർമ്മ = അകൽച്ച

മറന്നുവെച്ച ഓർമ്മകൾക്കിടയിൽ
പ്രിയപ്പെട്ട പാട്ടായ്
ചിതലേറാത്ത കടലാസുതുണ്ടായ്
ആകാശം കാണിക്കാത്ത മയിൽപ്പീലിക്കുഞ്ഞായ്
എത്ര വേഗമാണ് നീ
പുനർജനിക്കുന്നത്

അടക്കിപ്പിടിച്ച നിലവിളികൾ

എക്സ്പയറി ഡേറ്റ് അടുത്ത പലഹാരത്തെയും
എത്ര പ്രിയത്തോടെയാണ്
വാങ്ങി സ്വന്തമാക്കുന്നത്.
മിഴിവാർന്ന നിറമുള്ളവ, കൊതിപ്പിക്കുന്ന മണമുള്ളവ
നനുത്തലിയുന്ന പതുപതുപ്പുള്ളവ
സിരകളെ ഉണർത്തുന്ന കയ്പുള്ളവ.
നിലവിളികളുയർത്തുന്ന എരിവുള്ളവ.
അകലാനുള്ളതാണെന്നറിയുന്ന സൗഹൃദങ്ങളെയും
ആഞ്ഞമർത്തി, ഹൃദയത്തോടടുക്കി
സ്വപ്നങ്ങളാൽ താലോലിച്ച്
സ്വന്തമാക്കി അഹങ്കാരിക്കുമ്പോഴും
ഇങ്ങനെ തീയതികൾ
അടക്കം പറയുന്നതുകൊണ്ടാകാം
അലമാരയിലൊരു പലഹാരക്കൂട്ടൻ
പതുക്കെ പുഞ്ചിരിക്കുന്നത്

✪